யுகபாரதி
கவிதைகள்

நேர்நிரை

யுகபாரதி

யுகபாரதி, பிரேம்குமார் பரமசிவம் என்னும் இயற்பெயரைக் கொண்டவர். 1976இல் தஞ்சையில் பிறந்தவர். கணையாழி, படித்துறை ஆகிய இதழ்களின் ஆசிரியக் குழுவில் இடம்பெற்ற இவர் இரண்டு முறை சிறந்த கவிதை நூலுக்கான தமிழக அரசின் விருதைப் பெற்றவர். திருப்பூர் தமிழ்ச்சங்க விருது, கோவை பாரதியார் பல்கலைக்கழகம் வழங்கிய ஐந்தமிழ் விருது, காசியூர் ரங்கம்மாள் விருது, ஸ்டேட் பாங்க் விருது ஆகிய விருதுகளையும் இவருடைய நூல்கள் பெற்றிருக்கின்றன. இளம் படைப்பாளிகளுக்கான குறள் பீட விருதை கவிதைக்குப் பெற்ற முதல் இளைஞர் இவரே. இதுவரை எட்டுக் கவிதைத்தொகுப்புகளும் ஏழு கட்டுரைத் தொகுப்புகளும் தன்வரலாற்று நூல் ஒன்றும் எழுதியுள்ளார். இந்நூல், இவருடைய மனப்பத்தாயம், பஞ்சாரம், தெப்பக்கட்டை, அந்நியர்கள் உள்ளே வரலாம், ஒரு மரத்துக் கள், நொண்டிக்காவடி, தெருவாசகம் ஆகியவற்றின் தொகை நூல்.

தற்போது சென்னையில் வசித்துவரும் இவர், தீவிர இலக்கியச் செயல்பாட்டாளர். மனைவி அன்புச்செல்வி. மகள் காவ்யா. ஊடகத் திறனையும் மொழியையும் புரிந்தவர். இலக்கியத்திற்கும் திரைத்துறைக்குமான இடைவெளியை நன்கு உணர்ந்தவர். ஏறக்குறைய ஆயிரம் திரைப்பாடல்களை எழுதியிருக்கும் இவர், இன்றைய தமிழ் சினிமாவின் முன்னணிப் பாடலாசிரியர்.

விலை: ரூ.500

ISBN : 978 978 819 038 7

யுகபாரதி கவிதைகள்

© யுகபாரதி * முதல் பதிப்பு: செப்டம்பர் 2024
வெளியீடு : **நேர்நிரை**, 181, இரண்டாம் தளம், சி.வி. இராமன் தெரு, இராமகிருஷ்ணா நகர், ஆழ்வார்திருநகர், சென்னை - 600087. அலைபேசி : 98411 57958 * பக்கம் : 512, முகப்பு ஓவியம்: வீர. சந்தானம், வடிவமைப்பு : தமிழ் அலை, சென்னை - 600 086. அச்சாக்கம் : மணி ஆப்செட், சென்னை

Yugabharathi Kavithaikal
© yugabharathi
* First Edition: September 2024
* Pages: 512 * Published by **Nehrnirai**, 181, Second Floor, C.V.Raman Street, Ramakrishna Nagar, Alwarthirunagar, Chennai - 87. * Tamil Alai, Chennai. Cell: 98411 57958 * E-mail: yugabhaarathi@gmail.com, Cover Painting : veera.Santhanam, Designs : Tamil Alai, Printed at: Mani Offset, Chennai

தொகைநூல் குறிப்பு
யுகபாரதி

தொண்ணூறுகளின் இறுதியில் என்னுடைய முதல் கவிதைத் தொகுப்பான மனப்பத்தாயம் வெளிவந்தது. அந்தத் தொகுப்பை நூலாக ஆக்கிப்பார்ப்பதில் நேர்ந்த சங்கடங்களும் தவிப்புகளும் இன்றுவரை என்னிடமிருந்து விலகவில்லை. என்னை அடையாளப்படுத்திய அத்தொகுப்பை உருவாக்க, உடனிருந்து ஒத்துழைத்த அத்தனை பேரையும் நன்றியோடு இப்போது நினைத்துப் பார்க்கிறேன்.

கவிதைகளின் வாயிலாக நான் இன்று அடைந்திருக்கும் சகல உயரங்களும் அத்தொகுப்பின் மூலமே சாத்தியமாயிற்று. பத்திரிகையாளனாக, திரைப்பாடலாசிரியனாக, பதிப்பாளனாக, சமூக விஷயங்களில் அக்கறை உடையவனாக என்னை மாற்றிக்கொள்ள அல்லது காட்டிக்கொள்ள உதவிய அந்தத் தொகுப்பிற்குப் பின் பஞ்சாரம், தெப்பக்கட்டை, அந்நியர்கள் உள்ளே வரலாம், நொண்டிக்காவடி, ஒரு மரத்துக் கள், தெருவாசகம், முனியாண்டி விலாஸ் ஆகிய தொகுப்புகள் வெளிவந்தன. ஒவ்வொரு தொகுப்பும் ஏதோ ஒரு விதத்தில் என்னளவில் சிறப்புக்குரியன. விருதுகளும் பாராட்டுகளும் பெற்றன. தொடக்க காலத்தில் இருந்து இன்றுவரை என்னுடைய கவிதைகள், வடிவ ரீதியிலும்

உட் செறிவிலும் பல்வேறு மாறுதல்களைக் கொண்டுள்ளன. நவீனக் கவிதைகளின் இன்றைய போக்குகளை அவை பிரதிபலிக்கின்றனவா இல்லையா என்பதைவிடவும் தொடர்ந்து நான் செய்து பார்த்த முயற்சிகளின் பதிவுகளை இக்கவிதைகள் கொண்டிருக்கின்றன. ஒரு மரத்துக் கள் என்னும் தொகுப்பு முழுக்க முழுக்க அறுசீர் விருத்தங்களால் அமைந்தது. நொண்டிக்காவடி என்னும் தொகுப்பில் அரசியல் கவிதைகளையும் அந்நியர்கள் உள்ளே வரலாம் என்னும் தொகுப்பில் காதல் கவிதைகளையும் எழுதிப் பார்த்திருக்கிறேன்.

தெருவாசகம், ஆனந்தவிகடனில் தொடராக வெளிவந்த கவிதைகள். விளிம்புநிலை மக்களின் வாழ்வியல் பதிவுகளாக அமைந்த அக்கவிதைகளை சந்தங்களின் துணைகொண்டு எழுதினேன். வாசிப்பு அனுபவத்திற்காக உருவாக்கப்பட்ட அக்கவிதைகள், பொதுவெளியில் மிகுந்த பாராட்டுகளைப் பெற்றன. யுகபாரதி கவிதைகள் என்னும் தலைப்பில் வெளிவரும் இந்நூல், நான் மேலே குறிப்பிட்ட என்னுடைய மனப்பத்தாயம், பஞ்சாரம், தெப்பக்கட்டை, அந்நியர்கள் உள்ளே வரலாம், ஒரு மரத்துக் கள், நொண்டிக்காவடி, தெருவாசகம் ஆகியவற்றின் தொகை நூல்.

தனித் தனி நூலாக வெளிவந்து கவனம் பெற்ற என் கவிதை நூல்களை மொத்தமாகப் பார்க்கையில் தொடர்ச்சியாக நான் இயங்கிவந்ததை நீங்கள் உணரலாம். இறுதியாக வெளிவந்த முனியாண்டி விலாஸ் என்னும் கவிதை நூலை இத்துடன் இணைக்கவில்லை. சொல்முறையிலும் சொல்லப்பட்ட கருத்துகளிலும் அத்தொகுப்பு தனித்துப் பார்க்கப்பட வேண்டியது. கவிதைகள், ஒவ்வொரு சந்தர்ப்பத்திலும் என்னைக் கைதூக்கி

விட்டிருக்கின்றன. நெருக்கடியான தருணங்களில் ஆறுதலையும் நிம்மதியான நிமிடங்களில் மகிழ்வையும் வழங்கியிருக்கின்றன. இந்தக் கவிதைகளால் என்ன பயன் அல்லது பலன் என்ற கேள்விக்கே இடமில்லாமல் எல்லா நேரத்திலும் என் வாழ்வுக்குப் பயன்களையும் பலன்களையும் நல்கியுள்ளன. பயன்களையும் பலன்களையும் உத்தேசித்து எழுதப்படுபவை கவிதைகளே அல்ல என்றபோதிலும் அகத்திலும் புறத்திலும் என்னை நான் நிறுவிக்கொள்ள உதவிய இக்கவிதைகளைக் கைவிட எனக்கு மனமில்லை.

எழுதப்பட்ட கவிதைகளைவிட எழுதப்போகும் கவிதைகள் மீதே ஒரு கவிஞனுக்கு அக்கறையிருக்கும். முந்தைய கவிதைகளில் சாத்தியமாகாத ஒன்றை, அடுத்தடுத்த கவிதைகளில் எட்டிவிட எண்ணும் படைப்பு மனத்தைப் பாதுகாக்கவே நானும் விரும்புகிறேன். இதுவரை நான் எழுதியவை கவிதைகள்தானா எனச் சொல்லவும் இனியேனும் நான் நல்ல கவிதைகளை எழுதுவதற்கான வாய்ப்புள்ளதா என்பதை ஆய்ந்து கொள்ளவும் இந்நூல் உதவும்.

இக்கவிதைகளைப் பள்ளி, கல்லூரிப் பாடத்திட்டங்களில் இடம்பெறச் செய்தவர்களுக்கும் முனைவர் பட்ட ஆய்வேடுகளாக்க அனுமதித்த பல்கலைக் கழக பேராசியர்களுக்கும் நன்றிகள். மேடைதோறும் இக்கவிதைகள் கைதட்டல்களால் கௌரவிக்கப்பட்டுள்ளன. வார மாத பத்திரிகைகள் விரும்பி இக்கவிதைகளைப் பிரசுரித்துள்ளன. ஏற்கனவே பலரால் வாசிக்கப்பட்ட இக்கவிதைகள் மேலும் மேலும் வாசிக்கப்பட வேண்டும் என்பதற்காகவே இந்நூலை தொகை நூலாக நேர்நிரை

வெளியிடுகிறது. முகப்பிற்கு ஓவியம் வழங்கிய அண்ணன் வீர. சந்தானமும் பின் அட்டைப் புகைப்படத்தை நல்கிய பிம்பம் சாகுலும் என்றென்றும் என் அன்பிற்குரியவர்கள். அழகுற வடிவமைத்த தமிழ் அலை இ. இசாக், ச. அசன் ஆகியோரும் மெய்ப்பு திருத்திய சிவனும் ஆழ்ந்த நன்றியால் கொண்டாடப்பட வேண்டியவர்கள். இக்கவிதைகள், உங்கள் வாசிப்பை மட்டுமே கோரி நிற்கின்றன. தாங்கள் வெளிவந்த காலச் சூழலை வைத்துப் புரிந்துகொள்ளப்பட வேண்டும் என விரும்புகின்றன. திரைத்துறைக்குள் நுழைவதற்கு முன்பே எழுதப்பட்ட இக்கவிதைகளும் ஒரு திரைப்பாடல் ஆசிரியனால் எழுதப்பட்டவையே என்னும் அளவுகோலால் அளக்கப்படுவது தவிர்க்க முடியாதது.

நிறைய பிரியமுடன்,
யுகபாரதி

yugabhaarathi@gmail.com
98411 57958

உள்ளே...

மனப்பத்தாயம்	011
பஞ்சாரம்	077
தெப்பக்கட்டை	161
அந்நியர்கள் உள்ளே வரலாம்	235
ஒரு மரத்துக் கள்	277
நொண்டிக்காவடி	349
தெருவாசகம்	423

பத்தாயம் பண்டைய வீடுகளில் தானியக் குதிர்களாகப் புழங்கப்பட்டு இன்று பழுதுபட்டும் புழுதி மண்டியும் கிடக்கின்ற ஒரு நினைவுச் சின்னம். சேமிப்பின் மகத்துவத்தைச் சந்ததியருக்கு மானசீகமாய் உணர்த்திக்கொண்டிருக்கும் பத்தாயங்கள், இன்று காலியாகக் கிடக்கலாம். கரையான்களுக்குத் தீனியாகிக் கொண்டிருக்கலாம். ஆனால், அழிக்க மனம் வராத, அடகு வைக்கத் துணியாத, விலை பேசக் கூசுகின்ற மூதாதையர்கள், மிச்சம் வைத்துப்போன அரிய பொக்கிஷம் அது.

இந்த மனப்பத்தாயம் தனிப்பட்ட சொந்தவாழ்க்கையின் நொந்தப் பக்கங்களன்று. கரைந்துகொண்டிருக்கும் தலைமுறைகள் கற்றுத்தந்த கரடுமுரடான அனுபவங்கள்.

படித்துவிட்டுத்
தருகிறேனென இரவல் பெற்று,
தொலைந்துவிட்டதாய் தரமறுக்கும்
புத்தகப் பிரியர்களுக்கு.

மனப்பத்தாயம்

தமிழக அரசு மற்றும் திருப்பூர் தமிழ்ச்சங்க
விருது பெற்ற நூல்
1998

அதே மழையில் இன்றும்
அபிலை சரவணன்

அன்றோர் மழைநாள். அம்மாவின் இடுப்பை விட்டிறங்க அடம்பிடிக்கிற குழந்தை மாதிரி மெல்லச் சிணுங்கிக்கொண்டேயிருந்தது மழை. ஒற்றைக் கைக்குடையோடு சைக்கிள் மிதித்து அவனைப் பார்க்கச் செல்கிறேன். பாதி வழியில் அவன் சாரலிடையே நடந்து வந்துகொண்டிருப்பது மங்கிய கண்ணாடியில் முகம் பார்ப்பதுபோல் தெரிகிறது. என்னைத்தான் பார்க்க வந்துகொண்டிருப்பதாகச் சொல்கிறான்.

முதன்முதலாக அவனைப் பார்த்தது ஞாபகத்தை நிமிண்டுகிறது. சனிக்கிழமைதோறும் கவிதையைப் பரிமாறிக்கொள்ள சோழன் பூங்காவில் பத்துப் பதினைந்து நண்பர்கள் கூடுவது வழக்கம். நான் அன்றுதான் முதன்முறையாக அங்கு சட்டைப்பை கவிதையோடு சென்றிருக்கிறேன். வட்டமாய் அமர்ந்திருக்கிறோம். எனக்கு நேர் எதிரே ஒரு கறுப்பான பையன்.. அவன்தான் அமர்ந்திருக்கிறான். முதல் பார்வைக் கவ்வலில் சதை பிய்த்து நட்பு ருசிக்கத் துவங்கின நான்கு கண்கள்.

ஒவ்வொருவரும் கவிதை வாசிக்கிறார்கள். வயசின் வீர்யத்தில்.. தேடலின் ஆரம்பத்திலான நான் அவர்களின் கவிதைகளை போஸ்ட் மார்ட்டம் செய்கிறேன். மெல்லிய சிரிப்பிற்கிடையே அடர்த்தியான கோபம் சேமித்து அவனும் கத்தி எடுத்துக்கொள்கிறான்.

அட.. ஒரே நரம்பில் இரு விரல்கள், ஒற்றைச் சங்கீதத்தை அதிரவிட்டன. மனுநீதிச் சோழனைப் பற்றி அவன் அழுத்தமாகக் குற்றம் சாட்டுகிறான். எல்லோரும் இது தவறு என வார்த்தை தோண்டிக் கிளப்பிய புழுதிக் கிடையில் அவனது உள்ளங்கையை இறுக்கமாகப் பிடித்துக்கொள்கிறேன். ஆஹா.. என்னவொரு இதமான சூடு.

கோபத்தில், நிறத்தில், கவிதை மொழியில் அவனில் நானிருப்பதாக உணர்ந்தேன். அன்றும் மழை மெல்லியதாகத் தூறி கொண்டிருந்தது.

கம்யூனிசம்.. திராவிடம்.. ஆரியம்.. செல்லுலாய்ட்.. இன்குலாப்.. சுந்தரராமசாமி.. ஓலந்தையார்.. ஆண்டாள்.. கம்பன்.. ஜெனே.. எஸ்ரா பவுண்ட்.. பாப்லோநெருடா.. அப்பத்தா.. எதிர்த்திண்ணை தாத்தா.. செங்கற்சூளை.. லாரி.. தோழர்கள்.. தேநீர்.. என்ஜினியரிங்.. அப்பாவின் அரசியல்.. அம்மாவின் நெகிழ்ச்சி.. என நீளும் இரவுகளின்மீது நின்று விழித்துக்கொண்டிருப்பான். ராத்திரி முழுவதும் கவிதை படித்து, எழுதி, பகலெல்லாம் லௌகீகம் பார்ப்பான். சதா தேடி அலையும் வேட்டை நாயின் கண்களைப் போல உள்ளுக்குள் சுடரொன்று ஒளிர்ந்துகொண்டிருக்கும்.

முன்பு தஞ்சையில் நடந்துகொண்டிருந்தவன்.. இப்போது சென்னையில் நடந்துகொண்டிருக்கிறான். இவனது சொல்லாமல் வைத்திருக்கிற காதலை, கரையானுக்குள் வாழ்க்கையைச் சொல்கிற தொனியை, நகர இருப்பின் புழுக்கத்தை, எழுதுதல் அறுபடுகின்ற விநாடியை, என் தமிழரின் விம்மலை, சாதிய நுகத்தடியை, புரட்சியின் பம்மாத்தை, வளைக்குள் ஒளிந்திருக்கும் எலிகளை, காலங்காலமான வாழ்வின் பல்வேறு கோணக்குறியீடான பத்தாயத்தை, பைத்தியத்தைப் புணருகின்ற உருக்குலைந்த சமூகத்தளத்தில் மேலெழும்புகின்ற சாடிஸத்தை, பெருமூச்சிடும் ரயிலை என இந்தக் கவிதைகளில்

பனிக்குடம் உடைந்து, தொப்புள்கொடியோடு கிடக்கிற குழந்தையின் அழுகை கசிகிறது.

இறுக்கம் நெகிழ்வு என்கிற இரு முடிச்சில் ஒருங்கிணைகிறது கவிதையின் வடிவம். சில இடங்களில் ஷாட் பை ஷாட்டாகவும், பல இடங்களில் சீன் பை சீனாகவும் பல கவிதைகள் கொஞ்சம் கொஞ்சமாக வளர்ந்து உச்சத்தைத் தொடுகிற நல்ல இயல்பான திரைக்கதையின் பூரணத்துவமாகின்றன. வழக்குமொழியிலான நடை. சமூகப் பிரக்ஞையின் உதிர்வான கோபம். சல்லாத் துணியில் பொத்தி வைக்கப்பட்டிருக்கிறது. வாசித்து வெகுநேர யோசிப்புக்குப்பின் கோபத்தீ சடசடவெனப் பற்றியெரிகிறது. மென்மையும் விரக்தியும் கவிதையின் வடிவ அமைதியில் கனன்று கொண்டிருக்கின்றன. வைப்பதற்கு இடமாற்றறை வாழ்வு. முக்கமெங்கும் சிவ ஸ்தலம் பத்தாயத்தின் மீதேறிப் படுத்துறங்கும் பூனை.. உங்களுக்கான வாழ்க்கையில்தான் எவ்வளவு கை கொள்ளாத சுபிட்சம். எங்கே போயிற்று அத்தனையும்? என்கிற கேள்விக்கான இடைவெளியில் நிறை வாழ்வினூடே கக்கத்தில் துண்டு இடுக்கிய முகங்களும், சிவஸ்தலத்துக்குள் நுழைந்திடாத பித்த வெடிப்புப் பாதங்களும், பூனைகள் கவ்விய கருவாட்டுத் துண்டங்களுமாக நிறைய ஞாபகத்தில் அலைகின்றன. இதுதான் படைப்பின் நேர்மைக்கான வெற்றி.

நுரைத்தோடிய என்னுடைய வெட்டாறு நெய்வேலி காட்டாமணி அடர்ந்து வறண்டு கிடக்கிறது. சதா ஏர்பூட்டிய வயல்களெல்லாம் டிராக்டர் கீறிய வானம் பார்த்துக்கொண்டிருக்கின்றன. களத்து மேடுகளில் கருக்கா குவிந்து கிடக்கிறது. சொல்லிய செய்திகளைத் தாண்டியும் அடுத்த கட்டத்திற்கு வாசிப்பவனை உந்தித் தள்ளுகிற மனப்பத்தாயத்திலிருக்கிற நெல்மணிகளின் சுனைபட்டு இன்றைக்கு உடம்பெங்கும் நமநமக்கிறது.

அறிந்த கழிப்பறைகள்

அத்தனையிலும்,
உடைந்தே கிடக்கும்
நீரள்ளும் குவளைகள்

எனை மிகத் தாக்கியது இந்த வரிகள்தான். கையாலாகாத் தனத்தில் வாழும் மந்தைகளின் மீதான கோபம் மட்டுமா இந்தக் கவிதை? அதையும் தாண்டி ஏதோ..

அழுது, சிரித்து, கொஞ்சி, தவழ்ந்து, முத்தமிட்டு நிர்வாணமாய்க் கிடக்கின்ற கவிதைகளை வாசிக்கிறபோது.. அவனைத் தேடி நானும் எனைத்தேடி அவனும் நடுச்சாலையில் சந்தித்துக்கொண்ட அன்றோர் மழை நாள். விடாமல் அந்த மழை பெய்துகொண்டிருக்கிறது இன்றும்.

கோடம்பாக்கம்
சென்னை - 24
13.02.1998

மிக நுட்பமான அழகான கவனிப்பு

ஞானக்கூத்தன்

புதுக்கவிதை சில கவிஞர்களிலும் தெளிவான கிராமத்துச் சூழலைப் பெற்றிருக்கிறது. புதுக்கவிதைகளையேகூட நகர்ப்புறம் சார்ந்தன, கிராமத்தைச் சார்ந்தன என இருவகையாகப் பிரித்து விடலாம். கவிஞர்கள் தங்கள் கிராமத்துப் பின்னணியை அதைக் கடந்து வந்த பிறகும் அன்புடன் நினைவு கூர்கிறார்கள். நகரத்தார் கிராமத்தான் என்ற பிரிவுகள் ஏற்றத்தாழ்வைக் காட்டும் தொனி உடையது. பெருவளர்ச்சி பெற்ற நாடுகளில்கூட இப்படிக் கருதும் மன அமைப்பு இன்னும் இருந்துவருகிறது. நகரத்தவர்கள் கல்வி கேள்விகளில் மேம்பட்டவர்கள் என்றும் இக்காரணம் பற்றி அவர்களது நடை உடை பாவனைகள் சிறப்பானவை என்றும், கிராமத்தவர்கள் இவ்விஷயத்தில் தாழ்ந்தவர்கள் என்றும் நெடுங்காலத்துக்கு முன்பாகவே ஏற்பட்டுள்ளது. நாகரிகம் என்ற சொல் இதனால் எழுந்தது. கிராமியம் தாழ்ந்தது என்று கருதப்பட்டதால் அது இலக்கியத்தில் தவிர்க்கப்பட வேண்டிய ஒன்று எனவும் கருதப்பட்டதுண்டு. மேலும், கிராமங்களில் கோயில் மற்றும் அரண்மனையின் ஆதிக்கம் மிகக் குறைந்த அளவே வைத்துக் கொள்ளப்பட்டது. பலவகையான ஒழுக்கங்கள் மீதான கட்டுப்பாடுகள் அங்கே தளர்ச்சியானவை என்று நம்பப்பட்டது. கல்வி அறிவு என்பது கிராமங்களுக்குத் தேவைப்படாததுபோல இருந்த காலத்தில் எழுந்த கருத்து இது. ஆனால் நமது

காலத்தில் இந்நிலைமை மாறியிருக்கிறது. நல்லது கெட்டது இரண்டும் இரண்டு வெளிகளிலும் இடம் பெறுகின்றன.

கல்வி அறிய அங்கீகரிக்கப்படாத எளிய மக்களின் திறமை வாய்மொழிப் பாடலாகவே நின்றது. அது சுவடி மதிப்பைப் பெறவில்லை. தங்கள் நில புலன்கள், தங்கள் சக பாட்டாளிகளின் வாழ்க்கை, தன்னதும் பிறரதுமான சுக துக்கங்களைப் பாடும் இவ்வகையைத் திறமையாளரின் இடத்தில் புதுக்கவிதை வியாபித்திருக்கிறது. இன்று கிராமத்தைப் பாடும் புதுக்கவிஞன் அறிவாளி. அவனிடம் வெளிப்படுவதும் புதுக்கவிதை. புலவனுக்கும் வாய்மொழிப் பாடலின் ஆசிரியனுக்கும் இடையிலிருந்த பல வகையான பேதங்களைப் புதுக்கவிதை தகர்த்துவிட்டது! இத்தகைய புதுக்கவிஞர்களில் ஒருவர் இளவல் யுகபாரதி.

மூன்று குறிப்புகள் என்ற தலைப்பிட்ட கவிதையில் கவிஞனின் தொழில் (கலை) அவஸ்தையைக் குறிப்பிடுகிறார் யுகபாரதி.

குறிப்பதற்குக் காகிதம் தேடும்
சந்தர்ப்பத்தில்கூட
சிலவரிகளைத்
தொலைத்துவிடுகிறேன்.

என்று ஒரு பகுதி. மிக நுட்பமான அழகான கவனிப்பு. வேப்பமரம் என்ற ஒரு கவிதை. இக்கவிதையில் இடம்பெறும் இல்லாதொழித்து என்ற சொல்லாட்சி இதில் கவிஞரின் புலமை வெளிப்படுகிறது. இதே கவிதையில் இடம்பெறும் உறவு என்ற சொல்லாட்சியையும் கவனிக்க வேண்டும். பொறுக்கி உலர்த்தி எட்டணா பெறுவதற்கு உதவும் விதைகளைச் சுட்டி வியாபார வகையான தொடர்பாகிவிட்டது உறவு என நிறுவுகிறார். தாவர உலகத்தோடுள்ள உறவு அணாக்களால் வீணாகிவிட்டதே என்று குறிப்பு

வெளிப்பட்டு இச்சிறிய கவிதை அழகு பெறுகிறது. வணக்கம் காம்ரேட் என்ற கவிதையும் அழகான கவிதை. போட்டுடைக்கும் தன்மை உடைய கேட்காத கேள்வி மற்றும் நெடி போன்ற கவிதைகள் இத்தொகுப்புக்குச் சிறப்புச் சேர்க்கின்றன.

பராரியாய்
நகரத் தெருக்களில்
உலவிக்கொண்டிருந்தாலும்

என்று எழுதும் யுகபாரதி இயந்திரப் பொறியியல் பட்டதாரி. இன்னும் எழுதுவார். இன்னும் நன்றாகவும் எழுதுவார் என்று எதிர்பார்க்கலாம்.

திருவல்லிக்கேணி
சென்னை - 65.
30.03.1998

கூட்டை உடைத்துக்கொண்டு
இராஜேந்திரசோழன்

யுகபாரதி தன் இளமைக் காலத்திலிருந்தே கவிதைகள் எழுதும் வித்தியாசமான இளைஞராக ஒரு நான்கைந்து ஆண்டுகளுக்கு முன் எனக்கு அறிமுகம்.

அப்போது அக்கவிதைகளைப் பார்க்க, பின்னாள் என்னவாகவோ அமையப் போகும் வாழ்வை அது என்னவென்று தீர்மானிக்கமுடியாது இடைக்கட்டத்தில் பல வித்தியாசமான இளைஞர்களுக்கு எதையாவது எழுதிப் பார்ப்போமே என்று எழுகிற ஏதோ ஒரு குறுகுறுப்பின் வெளிப்பாடுகளே இக்கவிதைகள். இது சில காலம் இப்படி நிகழலாம் என்று நினைத்ததுண்டு.

எனில், ஒரு தொகுப்பாக வெளிவரும் இக்கவிதைகளைத் தற்போது ஒருசேரப் படிக்க அப்படி ஒரு இடைப்பட்ட வாழ்வின் இடைவெளியைக் கடக்கும் எதேச்சையான வெளிப்பாடாக இக்கவிதைகளைக் கருத முடியவில்லை.

கவிதையுலகில் தனக்கென ஒரு அடையாளத்தைப் பதிக்கவும், அதன்வழி அவ்வுலகில் தன் பயணத்தைத் தொடரவும் விழையும் ஒரு படைப்பாளனின் நம்பிக்கை மிகுந்த வெளிப்பாடுகளாகவே இக்கவிதைகள் தென்படுகின்றன. இவ்வெளிப்பாட்டின் பக்குவப்பட்ட சொல்லாட்சியே இவைகளைக் கவிதைகளாகவும் ஆக்குகின்றன.

சிறுபிராயத்துக்கே உரிய விளையாட்டுத் தனங்கள் ஒடுங்கி கருத்துத் தெரிய வந்த ஒரு இளைஞன், தன்னையும் தன்னைச் சுற்றி நிகழும் வாழ்வைக் கண்டு அதை எதிர்கொள்ள நேர்கையில் விளையும் ஒரு தனித்துவமான மனோநிலையின் வெளிப்பாடுகளே இக்கவிதைகள்.

கூட்டை உடைத்துக்கொண்டு வெளி வரும் குஞ்சு வெளியுலகைக் கண்டு வியந்து, சுணங்கி அவ்வுலகில் தானும் ஒரு அங்கமாக நேர்கையில் ஏற்படும் சலனங்கள், சங்கடங்கள், நெருடல்களைத் தெளிவான மொழி நடையில் இக்கவிதைகள் பதிவு செய்கின்றன.

இப்பதிவுகள் பலதரப்பட்டவை. இவை அம்மா, அப்பா, குடும்பம், காதல் என்று தனி மனித அனுபவங்களில் துவங்கி, கட்சி, சமூகம் என விரிந்து வியாபகம் கொள்கின்றன.

சாராயத்தை மல்லாத்தி வைப்பாட்டியை நெருங்கும் அப்பாமார்கள், சரக்கு நெடியைச் சகித்து அவர் விருப்பத்துக்கு இணங்கி, சோறு குழைந்துவிடக்கூடாதே என்று கவலைப்பட்டு அப்பாக்களின் நலன்களிலேயே தங்களைக் கரைத்துக்கொள்ளும் அம்மாமார்கள், மாமியார், மருமகள் பிணக்குகள், அப்பாக்கள் வாழ நேர்த்திக் கடன்கள் என்று வீட்டுப் பாதிப்பை வெளிப்படுத்துகின்றன சில கவிதைகள். இவை சொந்தவீட்டு அனுபவங்களாகத்தான் இருக்கவேண்டும் என்கிற கட்டாயமில்லை. அக்கம்பக்கத்து வீட்டுச் சிறுவர் சிறுமியர்களது அனுபவங்களாகவும் இருந்து அவை பொதுமைப்படுத்தப்பட்டிருக்கலாம்.

உயிர்த்துடிப்பற்ற யந்திரமயமான கட்சி வாழ்க்கையில் தந்தையின் பங்கு பற்றி ஏற்பட்ட விரக்தியின் வெளிப்பாடாக 'வணக்கம் காம்ரேட்' நகர வாழ்வின் பரபரப்பில் "நகரும் வாகனங்களின் டயருக்கடியில் நொறுங்கிப்போகும்" இளம் பருவ விளையாட்டு

நினைவின் ஏக்கங்கள். சோறு கிடைக்கும்போது உண்டு வறுமையில் வாழ்ந்தாலும் சௌகரியமென்று அம்மாவுக்குப் பதில் கடுதாசி போடும் சங்கடங்கள் எனச் சில கவிதைகள் வெளிப்பட்டுள்ளன.

எல்லா இளைஞர்களுக்கும் ஏதாவதொரு சந்தர்ப்பத்தில் ஏற்படுகிற காதல் இங்கு சற்று வித்தியாசமாக அணுகப்படுகிறது. தனிமையில் பரிதவிக்கும் இளைஞன் தன்போல அவளும் ஆகிவிடக்கூடாதே என்று தன் காதலைச் சொல்லாமல் வைத்திருக்கிறான். இன்னொரு கவிதையில் பெருமை பொங்கப் பிறரிடம் பேசுவதற்கென்றே அது ஒவ்வொருவரிடமும் ஒளிந்திருக்கிறது.

இப்படி வாழ்வில் பலதரப்பட்ட அனுபவங்களில் மூக்கி எழும் கவிதைகள் மூத்திரவாடை நிரம்பி வழியும் பேருந்து நிலையத்தில் முழம்போட்டு விற்கும் பூக்காரி, கழிப்பறைகள் அனைத்திலும் உடைந்தே கிடக்கும் குவளைகள் எனப் பல்வேறு காட்சிகளைப் பதிவு செய்கின்றன.

இவ்வாறு பல்வேறு அனுபவங்களை வெளிப்படுத்தும் கவிதைகள் படிப்படியாக முன்னேறி சமூகச் சீரழிவுகள் அவலங்களை, முரண்களை வெளிப்படுத்துவதற்காகப் பரிணாமம் கொள்கின்றன. ‘சோறுடைத்த சோழ வளநாடு காவிரி வறண்டதால் பக்கத்து ஊர் பனியன் கம்பெனிகளில், அம்மண சிலைகள் நிரம்பிய ஆலயங்களில் பிரும்மச்சரியக் கட்டுப்பாடுகள், வராது முகூர்த்தம் மழையோடாவது வந்து தொலையட்டுமென அரிசியை அதக்கும் முப்பத்தாறு வயது முருகேஸ்வரி, தலை நனைய ஊற்றுகிற நீரிலும் ஒளிந்திருக்கும் குளியலின் சூட்சுமம், பண்ணை வீட்டு வயக்காடுகளில் இன்னுமிருக்கும் அடிபடாத எலிகள், அழுகி விழுகிற வாழைத்தாராய் எழவுச் செய்திகள் கேட்டு உடைந்த மனசை நம்மூருக்கும் ஈழத்திற்கும் எட்டு மைல்தாம்ல’

போன்ற வரிகள் கவிஞனின் சமூக அக்கறையை வெளிப்படுத்துகின்றன.

தான் ஏழாம் வகுப்பு படிக்கும்போது எழுதவேண்டும் என்கிற ஆவலால் உந்தப்பட்டு கவிதைகள் எழுதத் துவங்கி, ஆசிரியர் செல்ல கணேசன் மூலம் மரபுக் கவிதைகள், யாப்பிலக்கணம் பயின்று அதை உள்வாங்கி தொடர்ந்து எழுத வரும் இருபத்திரண்டு வயது இளைஞனின் அனுபவப் பதிவுகள் இவை. இந்த வயதுக்குக் கவிஞன் எதிர்கொண்ட அனுபவங்களின் ஒரு பகுதி இங்கே கவிதைகளாகப் பதிவு செய்யப்பட்டிருக்கின்றன.

ஏறத்தாழ பத்தாண்டுக் காலத்தில் சிறியதும் பெரியதுமாய் அவ்வப்போது எழுதப்பெற்ற நூற்றுக்கணக்கான கவிதைகளில் நூலாக வெளிக் கொணர்வதற்காகத் தொகுக்கப்பெற்றுள்ள இவற்றை மொத்தமாகப் படிக்க கவிதைகளின் வடிவமைப்பில் தெரிந்தோ தெரியாமலோ ஒரு பொதுப்பண்பு வெளிப்பட்டுள்ளது தெரிகிறது.

வசப்பட்ட வடிவத்திற்குள்ளேயே அனுபவங்களை வெளிப்படுத்தி சுகம் காணும் நிறைவானதொரு மனநிலை இந்த ஒற்றைத் தன்மைக்குக் காரணமாக இருக்கலாம். எனினும் இப்பதிவுகள் ஏதோ ஒரு தெறிப்பில் தற்செயலாய்த் தோன்றி மறையும் இடை நிகழ்வு அல்ல என்பது மட்டும் நிச்சயம். இவை கவிதையுலகில் கால்பதித்துப் பயணித்து தொடர்ந்து சுவடுகளை ஏற்படுத்தும் நிலையானதொரு முயற்சி என்பது திண்ணம். அப்படி ஏற்படுத்த வேண்டுமென்பதே நம் அவாவும்.

கவிதை என்பது பன்முகத்தன்மை கொண்டது. அது தொடவேண்டிய எல்லைகள், கொள்ளவேண்டிய பரிமாணங்கள் தமிழில் நிறைய. கெடுவாய்ப்பான முறையில் இங்கு கவிதை மலினப்பட்டு சிறுத்து நீர்த்துப்

போவதற்கான, அல்லது மக்களிடமிருந்து அந்நியமாகித் தனிமைப்பட்டுப் போவதற்கான வாய்ப்புகளே அதிகம் சிலாகிக்கப்படுகின்றன.

இப்படிப்பட்ட போக்குகளிலிருந்து மேற்கத்தியப் பாதிப்புகளின் பம்மாத்துகளிலிருந்து தமிழ்க்கவிதையை மீட்க வேண்டியிருக்கிறது. தமிழ்க்கவிதைக்குத் தமிழ் அடையாளத்தைத் தர வேண்டியுள்ளது.

கவிஞர் யுகபாரதிக்குத் தனது மண்ணின் மீதும், மக்கள் மீதும் ஆழ்ந்த பற்று இருக்கிறது. கடும் உழைப்பும் அர்ப்பணிப்பும் தேடலும் இருந்தால் போதும். யுகபாரதியாலும் நிறைய சாதிக்கமுடியும். அந்த நம்பிக்கையை இந்தத் தொகுப்பு தருகிறது.

மயிலம்
17.04.1998

கவிதை சஞ்சாரம்
எஸ்.பொ

'இளங்கன்று பயமறியாது' இனமானக் கௌரவமும் விடிவும் பற்றிய தேடலிலே, ஒருவகை ஆவேசமும் மூர்க்கமும் இருக்கும். விடுதலை உணர்வு சமர்க்களத்திலே போர் நெறியாகும். போரிலே வெற்றி சாதித்தல் வெறி. அந்த வெறி ஆவேசம் மூர்க்கம் ஆகியவற்றின் திரட்சியும், சமர்க்களப் போராளிகளின் பங்காளராய் வாழும் கவிஞர்களுடைய படைப்புகளிலே சத்தியமுனியின் மூர்க்கம் கனன்றுகொண்டிருக்கும். அத்தகைய ஒரு பண்பினை யுகபாரதியின் மனப்பத்தாயத்திலே காணமுடியவில்லை. ஏன்? அச்சமா? அடக்கமா? பக்குவமா?

யுகபாரதி இயற்கையின் சாகசங்களில் தென்றல் கிளுகிளுப்பு, மாலைமயக்கம், மழையின் சீதளம், நிலவின் தேனொழுக்கு போன்றவற்றிலே மனச் சலனம் பெறுபவராகத் தெரியவில்லை. மனோரதியக் காதலிலும், அதனால் குருத்துத் தசைக் குமாரிகளின் அங்க லாவண்யத்திலும் கவிதா கிளிர்ச்சி பெறுபவராகவும் தோன்றவில்லை. கோடை மழைபோல, ஓரிரண்டு பதிவுகள், அவருடைய இளமைக்கு இந்த விதி விலக்குகளே முகாந்திரம். ஆனால் சமூக அக்கறைகள் இவர் கவிதையில் பயங்கரம் பெறுகின்றன. இந்தப் பயங்கரம் மானிட நேயத்தைத் தழுவி நிற்கின்றது. சமூக அக்கறையும் மனித நேயத்தைத் தழுவி நிற்கின்றது. சமூக அக்கறையும் மனித நேசிப்பும் பிறிதல்ல என்கிற வாக்கினைச் சில கவிதைகள் வாசிக்கின்றன.

பால் வீச்சம் அடிக்கின்ற வயதில், சாராயநெடி வீசும் முத்தம் தரும் அப்பாமீது கோபமில்லை, ஆயுள் பூராவும் அம்மா அதை சகித்துக்கொள்ளுகின்றாள் என்பதுதான் ஏக்கம். எலிகளில் எத்தனை வகை? மனித சுரண்டல்களும் அத்தனை வகை! இதுதான் ஒருகவிதையின் பாடுபொருள்.

பாபர் மசூதி இடிப்பும், இராமர் கோயில் நிர்மாணமும் இந்திய அரசியல் போக்கினைத் தீர்மானிக்குமா? எத்தனை உயிர்களைக் காவு கொண்டன? இப் பிரச்சினை இன்னும் எத்தனை உயிர்களைப் பலி வாங்குமோ? மணற் கோயில் இந்து கட்டியது. நாயின் நீராபிஷேகத்தில் கோயில் கரைந்திருக்கும். அந்த நாயைக் கல்லெறிந்து விரட்டுபவர்கள் ஹமீதும் பீட்டரும்! இந்துத்துவம், மத சௌஜன்யம் என்கிற ஆரவாரங்களுக்கு அப்பாலான மனிதநேயம் என்கிற கருத்து, மணற்கோயில் அயலிலே மின்னலாகச் சொடுக்கப்படுகின்றது. தினம் தினம் சாவுகள். சாவுகள் மனச்சலனத்தை ஏற்படுத்துவன. ஈழத்திலே தினம் தினம் நூற்றுக்கணக்கான தமிழர்கள் சாகடிக்கப்படுகிறார்கள். அநியாயத்தினாலும், அக்கிரமத்தினாலும் சாகிறார்கள். தமிழினம் சங்காரஞ் செய்யப்படும் சோரம். அது பற்றிய சிறிய சலனமும் இன்றி ஆறுகோடி தமிழர்கள் தமிழ்நாட்டில், நமது தமிழராய் வாழ்கிறார்கள். 'நம்மூருக்கும் ஈழத்திற்கும் எட்டு மைல் தாம்ல' என்பதாலா? மனித நேயம் என்பது வட்டங்கள், மாவட்டங்கள் ஆகியவற்றைக் கடந்த, சேவிக்கப்பட வேண்டிய புனிதம். யுகபாரதியின் கவிதைகளிலே, சொல்லப்படும் பகுதிகளிலும் பார்க்க, சொல்லாமல் விடப்படும், ஆனாலும் உணர்த்தப்படும் பகுதிகள் மிகக் கூர்மையானவை, மௌனத்தின் சாகசங்கள் புதிய கனதியைச் சேர்க்கின்றன.

துடிப்புள்ள, நாளையிலும் நாட்டம் ஊன்றியுள்ள இளம் கவிஞர்கள், சதா ஒரு தேடலிலே

ஈடுபட்டுள்ளார்கள். ஈழ நாட்டுக்கு உரித்துடையோர் இனமான கௌரவங்களையும், அடையாளங்களையும் தேடுகிறார்கள். இழக்க ஒண்ணா உயிர்ப்பின் தேடல்! அதர்ம சங்காரிகளினதும், பரதேசிகளினதும் இடையறாத தேடல் என அதனை விளங்கிக்கொள்ளுகின்றேன். இழந்த ஏதோ ஒன்றின் தேடலாகவே யுகபாரதியின் கவிதா ஊழியமும் அமைந்துள்ளது. இதனை மனப்பத்தாயம் என்கிற அவருடைய மகுடக் கவிதையிலேயே புரிந்து கொள்ளலாம். இந்தக் கவிதையை மீண்டும் மீண்டும் வாசித்தபொழுது, சிறு வயதில் வாசித்துப் போன ஆங்கிலக் கவிஞன் ஒலிவர் கோல்ட்ஸ்மித் எழுதிய Deserted Village என்ற கவிதையின் பல வரிகள் என் நெஞ்சிலே மீளுயிர்ப்புப் பெற்றுச் சந்தமாடின. தொழிற்புரட்சியின் இரும்புப் பிடியிலே அழிந்து போன கிராமத்திற்கான கண்ணீரஞ்சலியே ஆங்கிலக் கவிதை. யுகபாரதியின் இது.. காவேரி நீர்ப்பிரச்சினை குறித்து, நீரின்றிச் சீரழியும் தஞ்சையின் அனைத்துச் சோகங்களையும் ‘பத்தாயம்’ அற்புதமாகப் படம் பிடிக்கின்றது.. மாளாது என்று போரடித்த அந்த யானைகள் எங்கே? அந்தப் பிரகதீஸ்வரர் ஆலய அயலிலே பத்து ரூபாய் இனாமுக்காகத் தமிழனின் எது சோரம் போகின்றது? சோறுடைத்த சோழவள நாட்டின் இன்றைய மண்ணின் மைந்தர்கள் பனியன் கம்பெனிகளிலே வயிறு வளர்க்கிறார்கள்! முப்போகமும் முங்கித் திளைத்த மகசூலால் பொலிந்த வாழ்க்கை எங்கே? தமிழ்நாடே இன்று பூனை படுத்துறங்கும் மாபெரும் மனப்பத்தாயமாக மாறிக்கொண்டிருக்கின்றது. சமுதாயத்தில் புழுத்துப் பெருகும் புதுக்கவிதைகள் சுவீகரித்தன. இந்த மாற்றம் வாசகர்களுடைய கேள்விகளினால் ஏற்பட்டதா? இலக்கியத்தரம், நுகர்வோர் கூட்டத்தினாலே நிர்ணயிக்கப்படுவதில்லை.

‘மனப்பத்தாயம்’ தொகுதி தனித்துவமானது. அது பற்றிய சில பதிவுகள் தக்கன. இவை விமர்சனப் பதிவுகள்

அல்ல. விமர்சனப் பாங்கான பகுப்பாய்வு. தடம் மாறி சுய வித்துவப் பிரேரிப்புகளாக அமைந்துவிடும் அபாயமுங்கொண்டது. சுவைப்புத்தளமே துவக்கம். சுவைப்பு சுவாரஸ்யமானது. இயல்பானது இந்த அணுகுமுறையே, இளந் தலைமுறையினரின் ஆரம்ப அறுவடைகளை மதிப்பீடு செய்வதற்கு ஆரோக்கியமானது. இஃது என் ஐம்பது ஆண்டு அநுபவம். அநுபவப் பகிர்வும் இலக்கியப் பணியே.

யுகபாரதி இளைஞர். கவிதை ஊழியத்திலே நம்பிக்கை தரும் இளைஞர். கவிதைக்கான அல்லது கவிதை சார்ந்த சிலரது தேடல்களிலே, இளமைத் துடிப்புத் தூக்கலாய் அமைதல் எலிகளின் நகல்களை, ஒழிக்க மனமும் வக்குமில்லாத பூனைகளா குழாயடிச் சண்டை போடுகின்றன? ‘பத்தாயம்’ எத்தகையதொரு பாரிய அனுபவங்களுக்கும் சிந்தனைகளுக்கும் ஊடாக நம்மை அழைத்துச் செல்கின்றது! இதற்கு விடிவே இல்லையா என்கிற தேடுதலும் யுகபாரதி வசத்து, ‘இடிபட்ட சுவர்போல கலிவிழுந்தான், கிருதயம் எழுக மாதோ!’ என்கிற எதிர்பார்ப்புடன் ‘ஆகாவென்றெழுந்தது பார் யுகப் புரட்சி’ எனப் பாரதி சோவியத் புரட்சியை வரவேற்றான். அதனை யுகப் புரட்சியாக தரிசித்தான். அதற்குப் பரமார்த்தப் புரோகிதர்களாக நியமித்துக் கொண்ட ‘காம்ரேட்’டுகள் ஏதாவது சாதிப்பார்களா, தாழ்வுற்றுக்கொண்டிருக்கும் தமிழ்நாட்டை நிமிர்த்த? ‘புரட்சிவரும்’ என்கிற நம்பிக்கை மட்டுமே, சமுதாய மாற்றத்தைக் கொண்டு வந்துவிடுமா? பக்கத்து வீட்டுக் கிறிஸ்தவத் தாத்தாவும், ‘இயேசு வருகிறார்’ என்று ஐம்பது ஆண்டுகளாகச் சொல்லிக்கொண்டிருக்கிறார். இயேசு வருவாரா? இயேசு வந்தாலும் வரலாம். ஆனால் புரட்சி மட்டும் கனவாய்ப் பழங்கதையாய் எட்ட எட்டப் போய்க்கொண்டே இருக்கின்றது.

இத்தகைய கட்டித்த உண்மைகள் யுகபாரதியின் கவிதைகள் மூலம் பிரசித்தமாகின்றன. சொற்ப

நேர ரசனை தரும் சிறு கவிதைகளை வசதிக்காகப் பிரசாரப்படுத்தி, இந்த இளங்கவிஞனின் ஆழ்ந்த தேடலை வடிசீலைகளில் தக்க வைத்துவிடுதல் முறையல்ல. கவிதா உபாசகர்கள் இதில் ஜாக்கிரதை பயிலுதல் அவசியம்.

யுகபாரதியின் கவிதைகள் அனைத்திலும் அடிநாதமாக ஒரு சோகம் மண்டிக்கிடப்பதை அவதானிக்க முடிகிறது. சமுதாயச் சீர்கேடுகள், மண்ணின் மானபங்கம், நிறைவேறாத நம்பிக்கைகளின் அவலங்கள் ஆகியன பற்றிய சித்திரிப்புகள் மட்டுமல்ல, இளமை நினைவுகளிலும் இந்தச் சோகம் படர்ந்திருக்கின்றது. இந்தச் சோகம் ஒப்பாரியல்ல. ஏலாமையின் விக்கல்கள் அல்ல. அநியாயங்கள் பற்றிய நீள் கணக்கெடுப்பில் ஏற்படும் சோகம். தொலைந்து போன மனித நேயத்தினை மீட்டெடுக்கும் நீண்ட பயணத்தில் ஏற்படும் சோகம். அந்தச் சோகத்தின் உள்ளே விடுதலை மூர்க்கம் கனன்றுகொண்டிருக்கின்றது. இந்தச் சோகமும் விடுதலை வெளியும் வேறல்ல. இந்தச் சோகம் வெறியாக உக்கிரம் பெறுவதற்குக் காலக்கூறு ஒன்று தேவை. அவ்வளவுதான். அதற்கிடையில் இருபத்தோராம் நூற்றாண்டும் விடிந்துவிடும்.

கணையாழி
செப்டம்பர் 1998

நெடி

பால் வீச்சம் அடிக்கிற
பருவத்திலேயே
சாராய நெடியைச் சரியாகக்
கண்டுகொண்டவன் நான்.

அன்பு போதையில்
அழுத்திக் கொடுத்த
அப்பாவின் முத்தம்
சுர்ரென்று மூக்கிலேற

எப்போது நினைத்திடினும்
சுணங்கிடுவேன்

அம்மா எப்படி
ஆயுள் முழுசும்?

கல்லெறிதல்

சாலையைச் செப்பனிடுவதற்காகக்
கொட்டப்பட்ட மணலில்தான்
கோயில் கட்டி விளையாடுவோம்

கலசத்திற்குப் பதிலாக
ஒரு கொத்து காட்டாமினுக்கை
நட்டு வைப்போம்

நடுவிலொரு குழி பிரித்து
உருண்டையாய்
களிமண்ணைப் பிடித்து
கர்ப்பக் கிரகம் அமைப்போம்

காகிதப் பூவால் அலங்கரித்து
கன்னத்தில் போட்டுக்கொள்வோம்
சப்புக் கொட்டி

எதன் பொருட்டாவது
கலைய நேரிடும்.

மீண்டும் வந்து பார்க்க
கலசத்தில் பட்டிருக்கும்
நீரபிஷேகத்தில்
சற்றே கரைந்திருக்கும்
அதன் உரு

சோகத் தூவானமாய்க்
கண்கள் அரும்பும்

கோயிலைச் சிதைத்த நாயின் மீது
கல்விட்டெறிவர்
ஹமீதும் பீட்டரும்.

விவாத புத்திரர்கள்

எரவாணப் புஸ்தகத்து
அனுபவக் கதை
ஏராளமாய்ச் சிலாகிக்கப்படும்

இடை இடையே
எதிர்வீடு, வகுப்பறை
பொதுவிடமென
பார்த்த பெண்களை எல்லாம்
பரத்தையாய் பாவிக்கும்
பேச்சுகள் நீள

யாரேனுமொரு
படமற்ற நடிகை
வயிற்றுப் பிழைப்புக்குப்
படுக்கை விரிக்கும்
பலான கேசட்

ஈசனின் இருப்பு பற்றிய
விவாதம்போல

இறுதிவரை யோசிக்கப்படாத
தன் அக்கா தங்கைகளின்
திருமணங்களோ
அடல்ஸ் ஒன்லியாய்
அப்பாக்களால் மட்டுமே.

களவு

இடைவெளிகள்தான்
நெருக்கத்தைத் தீர்மானிக்கின்றன
எனினும்
நெருக்கமற்ற இடைவெளிகள்
பிரயோசனமற்றவை.

எலியின் நகல்கள்

தானியங்களை விழுங்கும்
எலியின் தொல்லையால்
பூனை வளர்ப்போம் வீடுகளில்

கொறிக்கும் எலிகள்
கொழுத்துத் திரியும்
கொல்லும் பூனையோ
பால் திருடும்

எலிகளைப் பார்க்காதவர்
மிக அரிது

மந்திரி வீடு, ரேஷன் கடை
காவல் துறை
சில்லறை மறுக்கும் நடத்துனரென
மூஞ்சுறுக்களின் முகாந்திரங்கள்
வெவ்வேறு

சுரண்டல் லாட்டரி
பரிசுக் கூப்பன்
அதிக வட்டி தரும்
தனியார் நிறுவனம்
எங்கும் இருக்கும் சுண்டெலிகள்

வக்கீல் குமாஸ்தா
கூலி தரக் கோணும் முதலாளி
இத்தியாதிகளில் வெள்ளெலிகள்

எங்குமிருக்கும் பெருச்சாளிகளைக்
குறிப்பிட்டுச் சொல்வதற்கில்லை

இத்தனைகளில்
சிலதை மட்டும்
கறிக்குதவும் மாமிசமாக்கி
சமைத்துத் தரும்
கிராமத்துக் கிழவி
வைத்தியப் பிரசித்தம்

ஆயினும்
பண்ணை வீட்டு வயக்காடுகளில்
இன்னுமிருக்கின்றன
அடிபடாத சில எலிகள்.

○
அறிந்த கழிப்பறைகள்
அத்தனையிலும்
உடைந்தே கிடக்கும்
நீரள்ளும் குவளைகள்

பூச்சுக்கூடு

கழுத்துவரை நீண்டு கிடக்கும்
அம்மச்சியின்
காதில் தொங்கும் பூச்சுக்கூடு
பழம் பெருமை பேசும்

மார்புவரை வந்து விழும்
காளியாத்தாவின் நாக்கு
பசியின் கொடூரத்தைக்
குறிக்கும்

பருத்த முலையும்
பெருத்த உடல்வாகும்
மாரியம்மனின் மகிமை கூறும்

அம்மண சிலைகள்
நிரம்பிய ஆலயங்களில்
பிரம்மச்சர்ய கட்டுப்பாடுகள்
நிறைய நிறைய

○
வாராத கூந்தலில்
காற்றெழுதும் கீர்த்தனையை
வாசித்து முடித்திட
இன்னுமிரண்டு கண்கள் வேணும்

பவள மேனியின் சுருதி மீட்டிட
தேவை இன்னும்
நாற்பது விரல்கள்

கொட்டிப் போகிறாய்
அழகின் பரல்களை
குனிந்து எடுத்ததை
முத்தமிடணும்

யாவையும்
களவு கொள்ளணும்
உனது சம்மதமில்லாமல்

பெருமூச்சு

படுகைக்குச் சென்று
வடுமாங்காய் எடுத்து வந்து
கல்லுப்பில் தொட்டுக் கடித்து

சம்படை கொளத்து
முக்கத்து நாவ மரத்திலேறி
தொப்பெனக் குதித்து
தப்பலங் கொட்டி

நுங்கு மட்டையில்
கவட்டைச் சொருகி
தெருச் சனங்களிடம்
பெருமையாய் ஓட்டிக் காட்டி

சண்டையிடும் அப்பாயியின்
முந்தானையை
அம்மாவின் காலில்
முடிச்சிட்டு

ஒரு சோட்டு பொடிசுகளாய்
பாலக்கட்டை குழாய்க்குள்ளமர்ந்து
பீடியடித்து

எல்லாமும் மின்னலாய்
சிக்னலுக்கு நிற்கும்
சந்தர்ப்பத்தில் பளிச்சிட்டு

நொறுங்கிப் போகும்
நகரும் வாகனங்களின்
டயருக்கடியில்

வணக்கம் காம்ரேட்

வீட்டுக்குள் நுழையும் போதே
அப்பாவிடம் சொல்வார்கள்
வணக்கம் காம்ரேட்

வசந்தி
வந்தவங்களுக்கு காபி கொடு
அரக்க பரக்க அம்மா
அடுத்த வீட்டுக் கதவு தட்டுவாள்

வர்ற ஆறாம் தேதி
செயற்குழு
மறக்காம வந்திடுங்க

ஐந்தாம் தேதியே
அம்மாவின் நகைகள்
அடகுக் கடையில்

பத்தாம் தேதியும்
அப்பா உறுதியோடு இருந்தார்
புரட்சி வரும்

இதே போன்றொரு கனவோடு
ஐம்பது ஆண்டுகளாய்
பக்கத்து வீட்டுக்
கிறிஸ்தவத் தாத்தாவும்

சொல்லிக்கொண்டே இருந்தார்

இயேசு வருகிறார்
இயேசு வருகிறார்
இதோ இதோ

வணக்கம் காம்ரேட்

O

உருட்டிப் பிடித்த
சாணப் பிள்ளையாரின்
தலை சொருக
பிடுங்கப்படுகின்றன
அருகம் புற்கள்

பூங்கா முச்சூடுமான
வாசகமோ
பூக்களைப் பறிக்காதீர்
என்பதாக.

O

தண்ணீர் பிடித்துத் திரும்புவதற்குள்
புறப்படத் தயாராகிவிட்ட
ரயிலை என்ன செய்வது
தேம்பல் கொண்டு
சபிப்பதைத் தவிர.

மூன்று குறிப்புகள்

எழுதி முடிப்பதற்குள்
ஏற்படுகிற இடையூறுகளை
எழுதவே முடிவதில்லை

சட்டென மறையும் பொறிகளை
எத்தனை வெறித்தும்
வருவதில்லை மீண்டும்

குறிப்பதற்குக் காகிதம் தேடும்
சந்தர்ப்பத்தில்கூட
சில வரிகளைத்
தொலைத்துவிடுகிறேன்.

ஆதலினால்

வருகை எப்போதென
வாசலருகே
விழியிரண்டையும்
நட்டு வைத்து

பரிதவிக்கும் நெஞ்சை
பகல் கனவில் மேயவிட்டு

வராவிடில் காரணம் துழாவி
முகம் சோர்ந்து
கவலை கொண்டு

அலுவலை மறந்து
அண்ணாந்தபடியே
ஞாபகம் பேசி

ஏதோவொரு பிரமையில்
தேகமிளைத்து

என் போல் நீயுமாகி
விடக்கூடாதென்றுதான்
சொல்லாமல் வைத்திருக்கிறேன்
உன்னிடம்கூட
என் காதலை.

எட்டு மைல்

பானையின் கழுத்துக்கு
மஞ்சக் கொத்து வாங்கி வருகையில்
உறவிலொருத்தி தூக்கில் தொங்க

இழுத்துக் கொண்டிருந்த
தாத்தையா உசுரு
இன்னுமிரண்டு மாசம்
பொறுத்திருக்கலாம்

அழுகி விழுகிற வாழைத் தாராய்
எழவுச் செய்திகள்

அள்ளி வச்சிட்டு
காட்டவிட்டு திரும்புறப்போ
கரும்போடு தொலைந்து போவது
பொங்கலுந்தான்

வருஷத்திற்கொருத்தரை
சாவு கொண்டு போகுதேங்கிற
உடைந்த மனசோடு
உட்காருகையில்

நம்மூருக்கும் ஈழத்திற்கும்
எட்டு மைல் தாம்ல
என்பான் தியானேஸ்வரன்

சுத்தம்

தவறுதலாய்ச் சோற்றிலொரு
தலைமுடி கிடந்தமைக்காகத்
தகப்பன் பிசாசு
தருவிக்கும் வசைகளில்

கொச்சைப்படுத்தப்படும்
அம்மாவின் பெண்ணுறவு
முழுசும்

எச்சிக் குவளையில்
கருவப் புதருக்குள்
மூக்கைப் பிடித்துக்
கொண்டு சாராயத்தை
மல்லாத்தும் போதும்

நோய்கொண்ட வைப்பாட்டியை
நெருங்கும் போதும்
அப்பன்மார்களுக்கு
அவசியப்படுவதில்லை
சுத்தம்

வேப்ப மரம்

பழுத்து விழும்
விதை பொறுக்கிக்
குவிப்பேன்

தோல் பிதுக்கி
ஈரப் பிசுபிசுப்பு
இல்லாதொழித்து

உலர வைப்பேன்
உச்சி வெயிலில்

எனக்கும்
வேப்ப மரத்துக்குமான
உறவு

காய வைத்த காய்களை
எடைக்குப் போடுகையில்
கிடைக்கும் எட்டணாவில்

நாணிக் கோணும்
நாலும் தெரிஞ்ச பத்மா டீச்சர்
வீட்டு முற்றத்திலும் வேப்பமரம்
முனி விரட்டும் ஆயுதமாக.

ஆகக்கூடி அவள் பேர்

இப்போதும் தெருவில்
பார்க்க முடிகிறது அவளை

அழுக்கும் பழுப்புமான
தலைக் கேசம்
கிளைகளாய்க் காற்றிலாடும்

கொக்கிகளறுந்த ரவிக்கை
பேருக்கும்
சேலை ஊருக்குமாக
உடுத்தியிருப்பாள்

மாளாத சூட்டில்
மதிய வெயிலில்
எங்கேனுமொரு
எச்சில் தொட்டிலோரம்
பேசிச் சிரிப்பாள்

பேருந்தின் குறுக்கே
தண்டவாளத்தின் நெடுக கூடவே
கடந்துபோவாள் பயமற்று

குரைக்கும் நாய்களிடம்
உதைக்கும் கழுதையிடம்
மனிதர் தவிர்த்த யாதிடமும்
உறவுண்டு அவளுக்கு

ஆகக்கூடி அவள் பேர்
பைத்தியமென்பர் எல்லோரும்

சாக்கடையில் காலலம்பி
சாலையோரக் குப்பைகளிடையே
தானுமொரு காகிதமாய்த்
தூங்கிச் சுருள்வாள்

இரண்டாமாட்டம்
சினிமா பார்த்துத் திரும்பிய
எதேச்சைப் பொழுதொன்றில்

சுருண்டு கிடக்குமவளை
சுகத்தில் போகிக்கத் துடித்த
இரண்டு பேரை
எதில் சேர்ப்பது?

○
எப்போது வேண்டுமானாலும்
ஆபத்து நேர்ந்துவிடக் கூடியதை
மௌனமாய் உணர்த்தும்
ரயில் பெட்டியின்
அபாயச் சங்கிலி.

கிழவி

முந்தியில் ஒட்டிய
புழுதியைப் போல
வசவுகளையும் உதறுகிற
மாமியார்தான் அம்மாவுக்கும்

செக்காய்ச் சுழன்றாலும்
வெகுமதித் திட்டாக
பல வேளை
பட்டினியே மிஞ்சும்

பாக்கிடிக்கும் இரும்புரலில்
நெதமும்

அம்மாவின்
இயல்பை நசுக்கி
இட்டு மெள்ளும் கடவாயில்

உப்பு குறைந்தால்
வெந்நீர் வைக்கத் தாமதமானால்
ருத்ர தாண்டவமெடுத்துக்
கத்தித் தொலைக்கும்

உறியில் தொங்கும் பானையாய்
ஒன்றும் பேசாது
ஊசலாடுவாள் அம்மா

மகனைக் காப்பாத்துன்னு
கிழவியும் புருஷனுக்குப்
புரிய வையின்னு அம்மாவும்

ஒரே தெய்வத்திடம் முறையிட
தலா எட்டணா பூசாரிக்கு லாபம்

ஒருத்தருக்கொருத்தர்
செய்வினை செய்துவிட்டதாய்
மந்திரிப்பு தாயத்துக்காக
தனபால் ஜோசியரிடம்
நடையாய் நடப்பர்

இருபக்கம்
நெருப்பூட்டப்பட்ட
சிகரெட்டாய்
அப்பா புகைவார்
மனசுக்குள்

யாருக்குரியவர் அப்பா?
குலையும் தேனடையாய்க்
குடும்பம்

இத்தனைக்கிடையிலும்
கேட்க மறப்பதில்லை
அம்மா

அத்த
மாத்திரை சாப்பிட்டிங்களா?

○
விரையும் பேருந்தில்
விடாது குழந்தையழ
முந்தியோடு
கூச்சத்தையும்
விலக்கும் தாயன்பு.

ஈரம்

பழங்கஞ்சியும்
பயித்தந் துவையலும்
ஏருழும் மாமனுக்கு
எடுத்துப் போவாள்

அவளுக்குப் பிடிக்குமென்று
ஈச்சம் பழங்களைத்
துண்டில் மூடித்
தருவான் இவன்

வானம் பார்த்த பூமியில்
எப்போதும் பெய்தபடி
பிரிய மழை.

மனப்பத்தாயம்

01.
முப்போகமும்
முங்கித் திளைத்த
மகசூலால்
வைப்பதற்கு இடமற்ற
நிறை வாழ்வு

மினுக்கும் ஷோக்கும்
மேலோங்க,
குதிரை வண்டிகளில்
சேக்காளி சகிதம்
கூத்தியாளை வாழ வைக்க

கழுத்து நிரம்பிய
காசு பணத்தைக்
காமத்துக் கழித்த
கதைகள் கோடி

காவிரிப் பாசனம்
கரை புரண்டோட
வருஷம் முழுக்க
வற்றாத வாழ்க்கை

வருமானத்தைப் பத்தாயத்திற்குள்
பதுக்கின ஜமீன் குடில்கள்

இஷ்டத்துக்கு இறைத்த கேணி
ஊற்றுக்கண் அடைபட

பூசிய சாயம் பொய்யென்றாகக்
கதியானதோ கந்தல் துணி
கக்கடைசியில்

சோறுடைத்த சோழ வளநாடு
சோத்துக்கில்லாமல்
பக்கத்தூர் பனியன் கம்பெனிகளில்.

02.
இரண்டாள் ஒசரமிருக்கும்
பத்தாயத்தின் மீதேறிப்
படுத்துறங்கும் பூனை

வெற்றுப் பத்தாயத்தை
விட்டொழித்துத்
தற்போதவைகள்
அடுப்பில்.

03.
முக்கமெங்கும் சிவ ஸ்தலம்
முத்தாய்ப்பாய் பிரகதீஸ்வரர்

ஒற்றைக் கல்லால்
உயர்ந்த கோபுரம்
நாளும் பெருகும் நந்தி

சமயத்துக்கேத்த பேச்சில் மயங்கி
பத்து ரூபாய் இனாம் தருவான்
வெளிநாட்டுக்காரன்.

04.
கற்பூரம் விற்கும் கடையிலேயே
ஏகமாய் விற்பனையாகும்
பான்பராக் வஸ்துகள்

நாலணா நப்பாசைக்குத்
தும்பிக்கையேந்தும்
போரடித்த யானை
கோயில் வாசலில்.

05.
உலகோச்சினான் முப்பாட்டன்
நாடு, நகரென
நலிந்து, தேய்ந்து
ஊருக்கும் உதவாது
எட்டாந் தலைமுறையில்
எடுபிடியாக நான்.

06.
சிதைந்த ஸ்தலங்களை
புனரமைக்கப் புனரமைக்க
இயல்பைத் தொலைத்த
சோகத்தோடு
சிரிக்க மறுக்கிறான் சிவன்.

கடுதாசி

ஒரே வாளி நீரில்
உடம்பு அலசி
டிரங்குப் பெட்டிக்கடியில்
மடித்து வைத்த
சட்டை மாட்டி

கிடைக்கும் போது சோறுண்டு

பராரியாய்
நகரத் தெருக்களில்
உலவிக்கொண்டிருந்தாலும்

ஊரிலிருந்து
அம்மா போடும்
கடுதாசிக்குப் பதில்
சௌகர்யமென்றுதான் எழுத
வேண்டியிருக்கிறது.

○
பரம்பரைச் சொத்து குத்தகையில்
பதிலெதிர்பார்த்து
அரபு நாட்டுப்பக்கம்
கண் குவிப்பாள்
காமாட்சியம்மாள்.

ஒத்தவூட்டுக்காரி

தாத்தா செத்துப்போன
நாலாவது மாசமே
அப்பத்தா அந்தாளுக்கு
வப்பாட்டியாயிடுச்சாம்

சேதி தெரிஞ்சு
பஞ்சாயம் பேசி
தள்ளி வச்சிட்டாங்க
தனியா

ஒத்தவூட்டுக்காரிக்கு
ஒத்தாசை கூடாதுன்னு
ஊரு சனத்துக்கு
உத்தரவு வேறாம்

சாகும் வரைக்கும்
ராவில் மட்டும்
துணையாயிருந்த
தர்மகர்த்தா

குனிந்து தெருவில் நடந்ததாய்
சொல்வாரில்லை

ஆயிரமெனினும்
தீட்டும் நீக்கும்
ஆம்பளைக்கேது.

கேள்வி

கிழமைதோறும் கிளர்ந்த
காமக் கிறுக்கோடென்
படுக்கை வருகிற
பத்மநாப முதலி

சில்க் ஜிப்பாவில் மூச்சடைக்கும்
பன்னீர்ப் புகையிலை
மணங்கமழ சரசமாற்றும்
குருசாமி சேர்வை

ஃபாரின் மனைவியை
என்னில் தேடும்
பக்ருதீன் அகமது

பட்டு வேட்டி
பச்சை நிற ஜமீன் பெல்ட்
பெருமாள் தேவர்

பெரியசாமி, அந்தோணியென
என்னவெல்லாமோ கேட்டுப் பெறும்
ஞாபகப் பிசிறாய் எண்ணிறைந்தோர்

இவர்களில் எவருமே
கேட்டதில்லை சாதியை.

கேட்க

ஆகாசம் கருக்க
அடி நெஞ்சில்
அலையலையாய்
மூளும்

இறக்கைகள்
தேகத்துக்குள் கிளைக்கும்

பவுடர் பூசி
மைதிருத்தி
ஏணத்தில் மூடிவைத்த
பூச்சரம் சூட்டிக்
காத்திருக்கையில்

சென்ற நாள் படுக்கையில்
விருப்பப்படி
அவரடைந்த திருப்தி
வெட்கத்துடன் வந்து போகும்
திரும்பத் திரும்ப

சுண்ட வைத்த
குழம்புச் சோற்றை
மூச்சு முட்டப்புசித்தவர்

குறட்டை எழுப்பும் போது
எல்லாம் முடிகிற மனுஷியால்
கூச்சமற்றுக் கேட்க முடிவதில்லை
சிலதை.

உப்பு மூட்டை

யாருடைய தோளிலாவது
உப்புமூட்டை ஏறிக்கொள்ள
துடிக்குமிந்த புத்திக்கு
வித்திட்டது அவள்தான்

அவளுக்கும் என்னால்தான்
அறியா வயதிலேயே
ஆம்பளையைச் சுமக்கும்
பழக்கம் தொற்றிற்று

வாக்கப்பட்டுப் போனவிடத்திலும்
வகை வகையான பொறுப்புகளை
சுமக்க நேர்ந்து
தாம்புக் கயிற்றில்
தொங்கிப் போனாள்.

வீம்புக் காரியால்
ஏங்குகிறது தோள்கள்
யாரையாவது சுமக்க.

○
மகமாயிக்குக் கோழி
மதுரை வீரனுக்குக் கெடா
அப்போதிருந்த
வெட்டுக் கூச்சலும்
இரத்த வீச்சமும்
சாமிகளுக்கு நேர்ந்த கடன்.

○
அவனவனுக்கு
ஆயிரத்தெட்டு சோகம்
பாளையத்தம்மனுக்கோ
தவறாமல் தடபுடலாய்
நூத்தியெட்டு விளக்குப் பூசை.

சுழல்

தொலைந்து போவதற்கென்றே
கிடைக்கிற பொருட்கள்
பயன்படாத வேதனைகளைத்
தன்னுள் இருத்திக்கொண்டு

கீதையும் காம சூத்ராவும்
வெவ்வேறல்ல
கரையான்களுக்கு

இரைக்காக
எதை வேண்டுமானாலும்
செய்கின்றன அவையும்

தவிர்க்க நினைத்தும்
முடியாமல் நிகழ்கிற
இவற்றால்தான்
வாழ்க்கைச் சக்கரம்
சுழல்வதாக.

◯
இருவர் பையிலும் பணமில்லை
இப்போதைக்குச்
சொல்லிக் கொண்டு தப்பிப்போம்
தேநீர்ப் பழக்கம் தேவையற்றதென.

◯
பொதி சுமப்பவை
யாவும் கழுதைகளில்லை.

◯
கூவக்கரையிலும் கொசுக்கடியிலும்
புதிது புதிதாய்க்
குடிசைகள்.

குளியல்

குளத்திலோ
ஆற்றிலோ
குழாய் நீரிலோ

புழுக்கம் நீக்க
புதுமெருகூட்ட
எதற்காகவேணும்
தினசரிக் கடமைகளில்
ஒன்றாகும் குளியல்

குளியலுக்கு
விதவிதமான காரணம்
உண்டெனிலும்

அர்த்த ராத்திரியில்
விதவையும்
அதிகாலையில்
புதுப் பெண்ணும்

தலை நனைய
ஊற்றுகிற நீரில்
ஒளிந்திருக்கிறது
குளியலின்
சூட்சமம்.

O
யாரோவொரு
மனசறியா முரடனுக்கு
மணமாகி
கக்கத்திலொன்றும்
கர்ப்பத்திலொன்றுமாய்
சுமந்து போகிற இப்போதும்
உன்மீது எனக்கிருக்கிறது
காதல்.

O
பெருமை பொங்க
பிறரிடம் பேசுவதற்கேனும்
ஒவ்வொருவரிடமும்
ஒளிந்திருக்கும் காதல்.

புழுங்கல்

முப்பத்தாறு வயசு
முருகேஸ்வரியை
ஐதீகம் சொல்லி
அதட்டுவாள் பாட்டி

அரிசி திங்காத
அடைமழை பெய்யும்
கல்யாணத்தில்

சொல்லியும் கேட்காது
மேலும் அதக்குவாள்
அரிசியை

வாராத முகூர்த்தம்
மழையோடாவது வந்து
தொலையட்டுமென.

○
அத்தனை பேர் கூடிய விழாவில்
மொய் செய்யாது போனவன்
குறிப்பிட்டுச் சொல்லப்படுகிறான்
எப்பவும்.

சுமதியின் வீடு

கக்கத்தை விட்டிறங்கினால்
வீலென அலறும்
தம்பியின் மூக்குச் சளிக்காக
என் பாவாடை

ஹூடு பெருக்க
எச்சித்தட்டுக் கழுவ
கந்தலைக் கசக்க
கஞ்சித்தண்ணி கிண்டிவிட

ஊதினாலும் எரியாத
ஈரவிறகுதான் நானும்

யூனிபாரம் போட்டு
நானும் படிக்கிறேன்னு
சொன்னப்ப
விகாரமான அப்பனுக்கு
அடுத்தடுத்த தெருவுல
ரெண்டு சின்ன வீடு

அம்மாவுக்கோ
சோறு கொழையக் கூடாதென்ற
கவலைதான் எப்பவும்

ரிப்பன், வளையல்
பவுடர், பொட்டு
இதைத் தாண்டியும்
ஆசைகள்

பிசுக்கேறி
ஈரும் பேனுமான
தலைக்கு மட்டுந்தானா
சீயக்காய்ப் பொடிகள்?

◯
பூசிக்கொள்வாயா திருநீறாய்
என் சிதையெரித்த
சாம்பலையேனும்.

◯
கூடாத காதலை நினைத்து
சினிமாக் கொட்டகையில்
படம் பார்த்து அழுதபடி
பலபேர்.

○
மூத்திர வாடை நிரம்பி வழியும்
பேருந்து நிலையத்தில்
முழம் போட்டு
விற்றுக் கொண்டுதான்
இருக்கிறாள்
பூக்காரி.

பெட்டகமாய் மதிக்கப் பெற்று
பின்னாளில்
பொட்டலம் மடிக்கக் கிழிபட்ட
புத்தகங்களுக்கு

பஞ்சாரம்

தமிழக அரசு மற்றும் குறள் பீட
விருது பெற்ற நூல்
1999

இமைமேல் கோழிக்குஞ்சு

அபிலை சரவணன்

தவிட்டுக்குள் கோழி முட்டையை ஒளித்து வைப்பாள் அம்மா. வார்த்தைக்குள் கவிதையை ஒளித்து வைக்கிறான் யுகபாரதி. கணையாழியின் உதவி ஆசிரியராய் இருக்கிற பாரதி, திருப்பூர் தமிழ்ச் சங்கத்தின் விருதைப் பெற்று.. கோடம்பாக்கத்தின் உள்ளுக்குள் கிடக்கும் ஒற்றை அறையில் நடு இரவு முழுவதும் கவிதை பின்னுகையில்.. நெகிழ்கிறது மனசு.

பஞ்சாரத்தின் சின்ன ஜன்னல் வழியே கண் வைத்து 'தூங்குகிறதா கோழி' எனப் பார்க்கிறாள் என் மூன்று வயதுத் தங்கை. பருந்து தூக்கிப் போன கோழிக்குஞ்சுக்காய்ப் பதறுகிறாள் என் ஆத்தா. ஆம்லேட்டும் ஆஃபாயிலும் கேட்டு வாங்கிச் சாப்பிடுகிறது, சென்னை வாழ்வில் என் நாக்கு. யுகபாரதியின் கவிதை படித்து நிற்கையில் எனைச் சுற்றிப் பறக்கின்றன கோழியின் இறகுகள். சுகமாய்க் காது குடைந்துகொள்கிறேன்.

கண்மூடிக் கிறங்கிய நொடியில் பளீரென விழுகிறது ஓர் அறை. கண் திறந்தால் எதிரே நிற்கிறாள் நிசும்பசூதனி. என் மௌனங்களை அள்ளி முந்தானையில் செருகிப் போனாள் ஒருத்தி. அன்றைய நீள் இரவில் இமைமேல் உட்கார்ந்திருந்தது வண்ணத்துப்பூச்சி.

வண்ணத்துப்பூச்சி பறந்து வருடங்கள் நான்காகி விட்டன. நேற்றைய பகலில் என் மௌனங்களைப் பஞ்சாரத்திற்குள் கவிழ்த்தேன். இரவில் இமை மேல் உட்கார்ந்திருந்தது சின்ன வெள்ளையான கோழிக்குஞ்சு.

வண்ணத்துப்பூச்சி பறந்த சோகத்தில் விழியோரம் வழிந்த கண்ணீரை.. பார்த்தபடி இருந்தது கோழிக் குஞ்சு. யுகபாரதி, ஞாபகமிருக்கிறதா உனக்கு.. பெரிய கோயிலின் பின்புறப் புல்வெளியில் மல்லாந்து படுத்தபடி வானம் பார்த்து நீ கவிதை சொல்வாய்..

சுவர்தாண்டி கம்பி வலைக்குள் அடைப்பட்டிருக்கும் சிவகங்கைப் பூங்காவின் வான்கோழி வினோதமாகச் சப்தமிடும். உன் கவிதைக்குள் வான்கோழியின் துயரமிருப்பதாய்த் தோன்றும் எனக்கு.

சாந்தபிள்ளை ரயில்வேகேட் அருகே நின்றபடி பக்கத்துக் கடையில் வாங்கிய பத்திரிகையைப் பிரித்துப் பிரசுரமாகிய உன் கவிதையை நான் படிப்பேன்.. நீ கேட்டுக்கொண்டிருப்பாய்..

எதிரே.. பஜ்ஜிக் கடை முன்பு எவனாவது ஒருத்தன் முட்டை போண்டாவைக் கடிப்பான். கீழே உதிரும் மஞ்சள் துகள். நான் படிப்பதை நிறுத்துவேன். நீ கேட்பதை நிறுத்துவாய். கவிதை அனாதையாய்ப் பாதியில் நிற்கும்.

நாம் சாலையோரம் பழைய புத்தகங்களைப் பாதிவிலைக்குப் பேரம் பேசிக்கொண்டிருந்தோம்.. கடைக்காரன் கறாராய் சொன்ன விலையில் நிற்பான். சட்டைப் பையினுள் துழாவி எடுத்தால்.. அவன் சொன்னதில் பாதிக்கூடத் தேறாது. சோகமாய் இருவரும் நடந்தோம். நம்மைக் கடந்து சைக்கிளில் போனான் ஒருத்தன். சைக்கிளின் ஹேண்ட்பாரில் பிராய்லர் கோழியைத் திணித்த மஞ்சள் பை தொங்கியது. நாம் நடந்தோம்.. நடந்தோம்..

இன்று சோடியம் வேப்பரின் மஞ்சள் வெளிச்சத்தின் கீழ் நின்றுகொண்டிருக்கிறோம்.

தஞ்சை மண்ணின் மழை பெய்த வாசனையை சென்னையின் தார்ச்சாலையால் தர முடியவில்லை.

தென்னந்தோப்பினுள் இளநீர் குடித்த தாகத்தை.. கொக்கோ கோலாக்களால் தீர்க்க முடியாது.

எனினும்..

கோடம்பாக்கத்தின் ஒரு சின்ன அறைக்குள் கண்சிமிட்டிக்கொண்டிருக்கிறது கவிதை. இமைக்குள் உருள்கிறது விழி, யுகபாரதி எழுதிக்கொண்டிருக்கிறான்.

12பி பஸ்ஸினுள் நிசும்பசூதனியைப் பற்றிய ஞாபகத்தினில் நின்றதால் அவன் இறங்கவேண்டிய நிறுத்தத்தைத் தாண்டிப் போய் நடத்துனரின் வசவுகளோடு கீழே இறங்குகிறான். நடத்துனருக்குத் தெரியுமா, நிசும்பசூதனியைப் பற்றி..?

பஞ்சாரத்தினுள் இன்றும் நிறைய கோழிக் குஞ்சுகள் நடந்துபோன காலடித் தடமிருக்கிறது. கோழி சிறகடிப்பதைப் பற்றிச் சொன்னால் உணரமுடியாது. பஞ்சாரத்தை எடுத்தால் பறந்து சிறகடித்துப் போகும் கோழிகள்.

சொல்லியதைவிடச் சொல்லாமல் போன விஷயங்கள் அர்த்தமானவையாக.. அழகானவையாக இருக்கும். நான் பஞ்சாரம் திறந்து சொல்லாமல் போன விஷயங்கள் நிறைய.. எனக்குத் தூக்கம் வருகிறது. நான் தூங்கப் போக வேண்டும். கண் மூடினால் கண் மேல்நிற்கும் ஒரு கோழிக்குஞ்சு.

கோடம்பாக்கம்
சென்னை - 24
26.04.1999

ராகுகாலக் காளி
கவிதைக்கான குறிப்புரை

நிசும்பசூதனி
தஞ்சை ப்ரகாஷ்

'நிசும்பசூதனி' என்கிற மகாகாளியின் நெருப்புச் சிலம்போசை, பற்களின் நறநறப்பு, கபாலமண்டையோடுகளின் கெக்கலிச்சிரிப்பு, வயிரமாட்டம் வீசும் காளியின் ஓரச் சிரிப்பு.. உங்கள் காதுகளுக்குக் கேட்கிறதா? எங்களுக்குக் கேட்கிறது.

இரண்டாயிரம் வருடங்களுக்கு முன்பு தஞ்சாவூர் என்கிற பூமி இருந்ததா? இங்கே காவேரி ஓடியதா? ஒன்றும் தெரியாது. ஆனால், சோழமண்டலம் ஒன்றுதான் காளியின் பெருவிரல் பாதத்திலிருந்து சிதறி விழுந்தது. முற்காலச் சோழர்களில் எவனோ ஒரு மன்னன் பகைவர்களால் தோற்கடிக்கப்பட்டுத் திரிந்தலைந்து வந்தபோது, இந்த மகாகாளியின் சின்னஞ்சிறிய கோவிலில் தஞ்சம் புகுந்தான். அப்போது, நாடி தளர்ந்து போன அவன் உடலில் காளி கண் வைத்தாள். விழிப்பு வந்தபோது அங்கே ஒரு வயோதிக மாது, அவனை ஊக்கினாள். "காளி இருக்கும் போது கவலையை விடு" என்று தைரியம் சொன்னாள்.

"என் நாடு நகரம் போய்விட்டது, கோட்டை கொத்தளங்கள் போய்விட்டன. எனக்கு யாருமிலர். எமனை நோக்கி வெறுங்கையாக நிற்கிறேன்" என்றான் சோழன். "இந்தக் காளியை வணங்கிவிட்டு வாளை எடு.. உன் வம்சம் தழைக்கும்" என்றாள் அவள்.

ஆயிரம் வருஷம் கழிஞ்சதுக்குப் பின்னால், சோழ வம்சம் மகோன்னதமாக எழுந்து நின்றது. விக்கிரம

சோழன், ஆதித்த சோழன் என்றும் சொல்வார்கள். முன்பு சொன்ன சோழனின் கதை போலவே திரும்பவும் பதினாறு அரசர்கள், பாண்டியன், சேரன் உள்பட ஒன்றாகச் சேர்ந்து அடித்துத் துரத்தினார்கள். நாடு நகரமெல்லாம் இழந்து ஆதித்தன் குற்றுயிரும் கொலையுயிருமாக இந்தக் காளி கோயிலில் வந்து விழுந்தான்.. காளி நிசும்பசூதனி தனியே நிற்பதைப் பார்த்தான். காளி கண் திறந்தாள்.

"கவலைப்படாதே. எழுந்து திரும்பவும் உன் படையைத் திரட்டு" என்று அர்த்தசாமப் பூஜாரி ஒருவன், ஆதித்த சோழனை உலுக்கினான். "எனக்கு யாருமில்லை; எல்லாரும் ஓடிவிட்டார்கள்" என்று புலம்பினான் சோழன்.

"விடாதே.. எழுந்து ஆட்களைக் கூட்டிப் பிடி; தேடி ஓடு, உன்னை யாரும் ஜெயிக்க முடியாது. நிச்சயம்!" தலை நிமிர்ந்து பார்த்தான். இடம்புரி கரத்தில் மூவிலை வேல் நுனிச் சுடரொளி பரத்திய காளியின் குறும்பல் சிரிப்பு கோரமாய் இரத்தமணம் வீசியது. நம்ப முடிகிறதா நண்பனே..

நீ நம்பாட்டியும், தஞ்சாவூர் பாமரப் பசங்க நாங்க நம்புகிறோம்.

காளிக்குக் கோயில் கட்டிவிடாதே. பொட்டல் வெளி காளியாகவே அவள் நடமாட வேண்டும்.

"இந்தக் காளிக்குக் கூரை கூடாது. நிழல் ஆகாது. வெட்டவெளியில்தான் இவள் நிற்க வேண்டும்.."

சோழன் காளியைச் சுற்றிலும் தஞ்சபுரியை நிர்மாணித்தான். இரவும் பகலுமாய், காளி தன் கோரத்தை மறைத்து கருணையால் தஞ்சையைக் காக்கிறாள்.

ஒன்றல்ல.. இரண்டல்ல.. நானூறு வருடங்கள் சோழர்களின் வெற்றிக் கதை நீள்கிறது. வேறு எந்த

இந்திய மன்னனுக்கும் இவ்வளவு நீண்ட காலம் ஆட்சி நிலைக்கவில்லை. சோழர்களின் மகத்துவத்தில் கடைசி மன்னன் இரண்டாம் ராஜராஜன் காலத்தில் பகைவர்கள் பொறாமைக்காரர்கள் ஒன்று திரண்டனர். மாறவர்மன் சுந்தரபாண்டியன் என்னும் பாலகன், வஞ்சத்தை நெஞ் சிலே வைத்துக் காத்திருந்தான். தஞ்சாவூரின் வனப்பு அவன் கண்களை இடறிற்று. 'சுதை கோபுரங்கள், ஆறு ஓடுவது போன்ற அகல் நெடுந்தெருக்களில் மீன்கள் உலவுவது போல தேரோட்டமும், பாடல் தளிச்சேரி பெண்களின் கனத்த கொங்கைகளின் குலுங்கல்களும், சங்கொலி வீசும் பாணர்களின் பாட்டும், சதுக்கப் பூதங்களின் அச்சுறுத்தும் நாவும் உலகம் வேறெங்காவது முன்னறியுமா?

ராஜராஜன் ஒவ்வொரு போருக்குப் போகும் போதும், ராஜேந்திரன் வெற்றி பெற்றுத் திரும்பும் போதும் காளிக்கு விழா எடுத்தான். ஆனாலும், சரித்திர ஆசிரியர்கள் இதை நம்பமாட்டார்கள். ராஜராஜசோழன் பெரிய கோவிலைக் கட்டினான்.

மாறவர்மன் சுந்தரபாண்டியன் ஓர் ஆயுள் முழுவதும் காத்திருந்து, பகையைச் செயற்படுத்தினான். தஞ்சாவூர் மீண்டும் வீழ்ந்தது. நாடக சாலைகள் கொளுத்தப்பட்டன. சோழர்கள் தூங்கியபோதே கொல்லப்பட்டார்கள். செங்கற் கோட்டைகள் தூளாயின. சோழ மண்டலத்தைச் சுட்டெரித்தான். ஆயிரக்கணக்கான நூல்கள் எரிந்தன. எண்ணாயிரம் என்ற பல்கலைக்கழகம் எரிந்தது. நாடகச் செல்வங்கள், பாடல் கருவூலங்கள் அழிவில் பங்கு பெற்றன. ஒரு கல்லின் மேல் மறு கல் இல்லாதபடி இடித்து நொறுக்கியும் அவன் வெறி குறையவில்லை கோயில்கள் உள்பட எல்லாவற்றையும் அழித்து வந்தபோது, காவிரிக் கரையிலிருந்த உருத்திறங் கண்ணனாரின் பட்டினப்பாலையின் பதினாறுகால் மண்டபம் அவன் காலை இடறியது. நிசும்பசூதனியின் பேய்ச்சிரிப்பு அவனைச் சுண்டி நிறுத்தியது.

நிசும்பசூதனியின் ஆலயத்தின் வாசலில் வந்து நின்றான் சுந்தரபாண்டியன். நிசும்பசூதனியில் தன் தாயின் பேருலகத்தைக் கண்ட பாண்டியனின் தாயச்சம், அவனைத் தடுத்து நிறுத்தியது. தஞ்சபுரி அவன் பின்னால் கொளுந்து விட்டெரிந்துகொண்டிருந்தது. மேலும் அச்சம் அவனை உந்தியது.

"போதும் மகனே, போதும்.." அந்த இருளில் அடைக்கும் குரல். மாறவர்மன் சுந்தரபாண்டியன் இயல்பாகத் தமிழ்மீதும், தெய்வம் மீதும் அச்சடக்கம் கொண்ட இனமல்லவா? சுந்தரபாண்டியன், "நிறுத்துங்கள்!" எனக் கூக்குரலிட்டான். "தஞ்சைபுரியை அழிக்க வேண்டாம். அது நிசும்பசூதனியின் நகரம்" என்றான். என்றாலும், அதற்கு நான்கு நாட்களுக்கு முன்பாகவே அதை அழித்திருந்தான்.

ஒவ்வொரு தலைநகரத்தையும் பேரரசர்கள் அழிக்கும்போது, அது மீண்டும் தலையெடுக்காமல் போனதற்கு இதுதான் காரணம். அழிந்த இடத்தைக் கொளுத்துவார்கள். இடிந்த கட்டடங்களை வேர்வரை தூர்வாரிப் பிடுங்குவார்கள். அஸ்திவாரக் கற்களைத் தேடி எடுத்து, அடிமட்டம் அஸ்திவாரப் புதையல்களைத் தோண்டி எடுத்துவிடுவார்கள். அதன் பின்னர் எரிந்ததைக் கரைத்துவிடுவார்கள். பின்னர், அந்த இடத்தில், மன்னர்கள் கொலை மரபுக்கேற்ப மறுபடி அந்தக் குலம் தழைத்துவிடாதிருக்கச் செய்து வந்த சாங்கியம் - வாகைத் திணை என்பது. அதாவது, அந்த ஊரைக் கொளுத்தியபின் கல்லின் மேல் கல் சிதறாத படி எடுத்த அந்த இடத்தில், ஆயிரம் கழுதைகளைக் கொண்டு வந்து ஏர் பூட்டி, உழுது தள்ளி தண்ணீர் பாய்ச்சி, வரகை விதைத்து, விதைத்த வரகு முளைத்துப் பசுமையான இலைகள் தலைவீசி நிற்கக் கண்டால், மறுபடியும் கழுதைவிட்டு உழுதுவிட வேண்டும். மீண்டும் அந்நகரமோ மறுபடி எழும்புவதேயில்லை. மன்னர் குலம் வேரற்றுப் போகும் என்பதைப் போல், சோழர் குலம் மீண்டும்

எழும்பவில்லை என்பதுண்மை. ஆனால், அதன் பின்னரும் நிசும்பசூதனியின் காற்சிலம்போசையை நூற்றாண்டுகளாகக் கேட்டுக்கொண்டிருக்கிறோம்.

அடியோடு வீழ்ந்த இந்தியத் தலைநகரங்களில் பின்னர் எத்தனையோ தலைநகரங்கள் தலையெடுக்காது வீழ்ந்துபோனாலும் தஞ்சபுரி மீண்டும் எழுந்தது.

மீளாத துயரத்தில் வீழ்ந்துபோன கன்னோசி நகரம், உதயபாடலிபுத்திரம், எடுப்பதற்குப் பிடிமண் கூட இல்லாத கலிங்கம், நினைத்துப்பார்க்கவும் முடியாத மகதசாம்ராஜ்யம், வம்சமற்றுப்போன பல தலைநகரங்கள் பெயரற்றுப் போனதுபோல் தஞ்சபுரி போகவில்லை. மன்னன் அசோகன் பெயர்கூட மண்ணில் புதைந்துதான் கிடந்தது கற்களாக. முற்காலச் சோழர்களின் கடைசிச் சோழன் மீண்டும் நிர்மூலமான பின்னர், விஜயாலய சோழன் என்னும் சின்னஞ்சிறிய சோழன் தன் பயணத்தைத் தொடர்ந்தான் என்றால் நம்பமுடிகிறதா?

காளியின் கழுத்திலுள்ள தண்டை மணியோசையும், உடுக்கும், டக்காவும் திமிறி ஒலிசெய்ய, காளியின் பேய்ச்சிரிப்பு மீண்டும் ஒலிக்கிறது. மீண்டும் சோழ வம்சம் சிதறிய பின்னரும் கட்டப்படுகிறது. எரிந்த தலைநகரம் மீண்டும் உயிர்ப்பிக்கப்படுகிறது. விஜயாலய சோழன் ஜெயித்ததும் ஓடோடி காளியிடம் வந்தான்.

காளிக்கு மங்களாசாசனம் வழங்கினான். காளி சிரித்துக்கொண்டாள். யாருக்கும் விளங்குமந்தச் சிரிப்பு?

"கடைக்கண் வைத்தாள் காளி, எழுக மாதோ" என்றானே பாரதி. அதுபோல, காளியின் குறுஞ்சிரிப்போசை மீண்டும் கேட்டது. காளியின் வலம்புரி இடம்புரியாய் மாறியது. மூவிலை வேல் திரும்பியது. பல யுத்தங்கள் நிகழ்ந்தன.

துலுக்கர்கள் வந்தனர். வடுகர்கள் வந்தனர், சோனகர்கள், யவனர்கள், தெலுங்கர்கள், மராட்டியர்கள், கன்னடர்கள் வந்தனர். சோழமண்டலம் தெலுங்கு மண்டலமாயிற்று. மீண்டும் தஞ்சை தலைநகரமாயிற்று. சோழர் குலம் தழைக்கவில்லையே தவிர, ஊரை அழிக்க யாராலும் முடியவில்லை.

மரபை உடைத்துக் கொண்டு மீண்டும் புதுக் கவிதை பிறந்ததைப் போல், தெலுங்கர்களைத் தொடர்ந்து மராட்டியர்களும், தஞ்சையையே தலைநகரமாக்கினார்கள். மீண்டும் பாடல்கள் ஒலித்தன. கவிதைகள் பிறந்தன. அறிஞர்கள் குலவையிட்டார்கள். பழைய தஞ்சை நகரத்திற்கு மேற்கே பெரிய கோயிலென்னும் பிரகதீஸ்வரர் ஆலயம் மட்டும் தஞ்சையின் ஒரேயொரு அழியாத சின்னமாய், கலையின் பெட்டகமாய் நிற்பதைக்கூட எங்கள் காளி நிசும்பசூதனியின் காவல் நாயகத்தால்தான் என்று நாங்கள் எப்போதும் சொல்லிக்கொண்டிருப்போம். வரலாற்றாசிரியர்கள் மறந்துவிட்டாலும், நிசும்பசூதனி எங்கள் இரத்தத்திலிருந்து தஞ்சபுரியின் மகத்துவமாய், தாயன்பின் பேரெழிலாய் அவள் உக்கிர கோபம் என்று எங்கள் கவிதையைக் காட்டிலும் இன்றைக்கும் 200 ஆண்டுகளுக்குப் பின்பும் காளியின் கவிதைக் குரல் எங்களுக்குக் கேட்கிறது. உங்களுக்குக் கேட்கிறதா? கனவுகளுக்குக் காலத்தையே முறித்தெறிந்த அவள், நடனமிட்டுக்கொண்டிருக்கிறாள். எத்தனை அழிவுகளுக்கும் இழிவுகளுக்கும் இடர்ப்பாடுகளுக்கும் இடையே தமிழ்போல், தமிழ்க் கவிதைபோல் அவளும் நாங்களும் கவிதையும்.. நம்புகிறாயா, நண்பனே.

ரெட்டி மருத்துவமனை
சென்னை - 40
26.04.1999

O
குடத்திலிட்ட விளக்கு
குளத்துக்குள் நிலா.

வட்டத்துக்குள்
சுருங்கிவிட்டான் இவனென
வட்டம் போட்டுப் பேசுவோர்க்கு
இறுதியாய் ஒரு சொல்

அந்தந்தச் செடிக்கு
அதனதன் இயல்பு
செம்பருத்திச் செடியில்
செவ்வந்தி பூக்காது.

01.
கொடியில் காய்ந்த
துணியெடுக்கும்
அவசரத்தில்
ஒருமுறையேனும்
மழையை
முழுதாய் ரசித்ததில்லை
அவள்

02.
யார் கையால் நீரூற்றினாலும்
உறிஞ்சிக்கொள்கிறது
வேர்

03.
எப்படியும் முளைத்துவிடும்
சப்பி எறிந்த மாங்கொட்டை
குப்புற வீசியும்.

04.
ஊருக்குள் கூட
வரமுடியாத அய்யனார்
உட்கார்ந்திருப்பதோ
குதிரையில்

05.
கருகிவிடுமெனும் பரபரப்பில்
கை சுட்டுக்கொண்டது
எத்தனையாவது முறையெனச்
சொல்ல முடியாது
அம்மாவால்

06.
தெரிந்த நாள் முதலாய்த்
தாலியின்றியே நிற்கிறது
கல்யாண முருங்கை

07.
போகும்போது
கூப்பிடக் கூடாதென்று
தயங்கி நிற்கிறாய்

கூப்பிட நினைத்து
மூச்சிரைக்க
ஓடி வருவாயோவெனத்
திரும்பிப் பார்க்கிறது
என் காதல்.

பண்டிகை

எதிர்பார்ப்புகளின்
குவிமையமாக
எழுத்துகள் நிரம்பிய
இந்தக் கடிதமும்
அம்மாவிடமிருந்துதான்
வந்திருக்கிறது.

சுவாசித்தலைவிடவும்
இரு மடங்கு
என் ஞாபகத்தில்
உழல்வதாகச் சொல்கிறாள்.

சுவாசத்தை நிறுத்தென்று
எந்த மகனால்
பதிலெழுத முடியும்.

இடுக்கி இடுக்கி
முகவரிக்காக
மடிக்கப்படும் இடத்திலும்
இருக்கின்றன எழுத்துகள்

பொங்கலுக்காவது
வருவீயாப்பா

கொண்டாடுவதற்கென்று
தோற்றவித்த பண்டிகைகள்
சந்திப்பதற்கென்றாகிப்போனது
ஊரில் வாழும் அம்மாக்களுக்கு

பொங்கலுக்காவது
போகத்தான் வேண்டும்

குறைந்தபட்சம் ஒரு
கைத்தறிச் சேலையோடாவது.

பேசுதல்

ஒவ்வொருவரிடமும்
ஒவ்வொரு மாதிரி
பேச வேண்டியிருக்கிறது
எனில், பொய்யென்று
அர்த்தமில்லை

முதல் அறிமுகம்
முடிந்தவுடனேயே
இயல்பாய்ப் பேசிட
இயலாது எல்லோராலும்

முன்பொரு நாள்
முகந்திருப்பிப் போன
தோழனை
மறுபடியும் சந்திக்கையில்
சிரமமாயிருக்கிறது
பேச்சைத் தொடருதல்

சிணுங்கல்களால் நிரம்பும்
அந்தரங்கம்
அம்பலத்துக்கு வந்துவிடின்
மூச்சிரைக்கப் பேசுகிறார்கள்

பேசாமல் நகரும்
இக்கட்டுகளில்
மெல்ல அரும்பும் புன்னகை
பேச்சைவிடவும் சப்தமிக்கது

பேச்சைக் கேட்டு
மோசம்போன காதலை
அலையோசை தாண்டியும்
பேசிக்கொண்டிருக்கிறது
கடல்

பேசிப் பேசியே கழிந்தன
ஐம்பதாண்டுகள்
பேசியவை பிழையென
இனிப் பேசலாம்.

முன்பின்

திரும்பவும்
விரட்டிய வீட்டுக்கே
வர வைக்கிறது
பசிக் கொடுமை

உனக்கென்னவென்று
குழந்தையைத்
தூக்கிக் கொண்டு
புருஷனோடு போகிறாய்

காதலில்
இருக்கிறதா
முன்பின்

இடது கால் பெருவிரலில்
முள் தைத்ததற்காக
உயிர் கசிந்த என் கண்ணில்
படுகிறதுன்
பித்தவெடிப்புப் பாதம்

அந்த
இடைவெளிக்குள்ளாவது
என்னை
நிரப்பிக்கொள்ளக் கூடாதா.

சக்தி

பாழடைந்த
கணபதி கோயிலை
எடுத்துக் கட்ட
எத்தனையோ
ஊர் கூட்டம்

கூட்டத்துக்குக் கூட்டம்
வெட்டுக் குத்து
விரிசல் வெறுமை
யாவும் நிகழும்
விநாயகனின் கருணையாக

சக்தி மிக்க சாமியெனில்
பாழடைந்து போவானேன்

மண்பாண்டம்

கோபப்படத் தொடங்கிய
முதல் பெண்ணிலிருந்து
வழியற்றுப் போயின
மண்பாண்டச் சமையல்

ருசி மிகுதியென்று
யாரேனும்
சொல்லக் கேட்கையில்
நாக்குக்கு வாய்க்காததையெண்ணி
வருத்தப்படுவதுண்டு

உடைந்த மண்பானைகளின்
சில்லுகளைப் பொறுக்கி
செதுக்கி விளையாடும்
சிறுமிகள் அறியுமா
குயவனின் விரல்களை

குடிநீர்ப் பந்தலில்
இருத்தி வைக்கப்பட்ட
மண்பானைகள்

காணாமல் போயிற்று
கலவரம் நிகழ்ந்த
நாள்தொட்டு

பித்தளைத் தேக்கில்
காணும் பொங்கலை
வைத்துவிட்டு
டேப் ரெக்கார்டரில்
பொங்கலோ பொங்கல்

குக்கர் விளம்பரத்தில்
வருகிற பெண்
மண்பானையில்
சமைக்கத் தெரியாதவள்

கவுச்சி சமைக்கும்
நாள் மட்டுமே
கறிச் சட்டியில்
குழம்பு வைப்பாள்
அம்மா

மாறுவதற்கேற்ப
மாறிக்கொள்ளத்தான் வேண்டும்

ஒரேயொரு மகிழ்ச்சி

மாமியார் மருமகள்
யாருடைக்கவும்
மண் சட்டிகளில்லை
தற்போது.

தட்டு

புதுத் தட்டு
வாங்கப்படுகிற நாளில்
எந்தத் தட்டு யாருக்கென்பதில்
தொடங்கும் சர்ச்சை

வட்டத் தட்டில் தம்பி
குழித்தட்டில் நான்

என்றெல்லாம்
தட்டு குறித்து
சர்ச்சை எழுகிறதோ

அன்றெல்லாம்
வறுமைக்கு விற்ற
வெள்ளித் தட்டை
நினைவுபடுத்துவாள்
பாட்டி

நூற்றிபத்துத் தட்டு
சீர்வரிசையோடு
வாக்கப்பட்டவள்
ஆரத்தித் தட்டுக்கு
அடுத்த வீட்டுக் கதவு
தட்டும்படியாயிற்று

தட்டுக்கெட்ட
குடும்பமென்னும்
அவச் சொல்லோடு

குடிக்காமல்
இருந்திருக்கலாம்
தாத்தா.

அப்பா

வெற்றிலை
போடுவதற்கென்றே
விசேஷப் பயிற்சி
மேற்கொண்டதைப்போல

பொட்டலத்துச் சீவலை
விரல்களின் இடுக்கிலிருந்து
அதக்கிக்கொள்வார்
சிதறிவிடாமல்

எனக்குக் கவிதை
அப்பாவுக்கு வெற்றிலை

ஒற்றுப் பிழைகளை நானும்
காம்பை அவருமாய்க்
கிள்ளிக்கொண்டே
இருக்கிறோம்

நானும் போடுகிறேனெனச்
சுண்ணாம்பை அதிகம் தடவி
அவதிப்பட்டிருக்கிறேன்

ஒருமுறைகூட
கவிதையெழுத முயன்றதில்லை
அவர்

எப்போதும்
ஒரே பக்குவத்தில்
இரத்தச் சிவப்பை
உடுத்திவிடுகிறது
அவர் நாக்கு

எல்லாக் கவிதையிலும்
இறுதி வரிகளுக்கான
வார்த்தைகளைத்
தேடிக்கொண்டிருக்கிறேன்
நான்.

புடவை

ரகத்திற்கொரு புடவை வீதம்
கணக்கிட்டால்கூட
முப்பதுக்கும் மேலிருக்கும்
உன்னிடம்

புடவையில்தான்
நீ அழகென
நூறுமுறையாவது
உண்மை பேசியிருப்பேன்

புடவையின்
லகுத் தன்மையை
முதல் பேறு முடிந்த
பச்ச உடம்புக்காரியிடம்
கேட்டுக்கொள்

முழுவதும் மூட
முடியாதென்பதே
புடவை மீதான
குற்றச்சாட்டு

புடவையில் மட்டுமே
மூடாத பகுதிகளும்
பாதுகாப்பானவை

பட்டுப் புடவை
கட்டி வராதவள்
திருமண வீட்டில்
சீண்ட நாதியற்று
மனச்சுமை உகுப்பாள்

புடவையை
மரபின் கவசமாகப்
பேசுவதுண்டு

எப்போதும் பேசப்படுவதோ
செய்தி வாசிப்போரின்
புடவைகள்

புடவைகளால்
நேர்ந்த சிக்கல் எனக்கு
புடவையே சிக்கலானது
திரௌபதைக்கு.

அடுக்குமாடி

01.
பிடித்த பாடலை விரும்பும்படி
கேட்கமுடியாத
அடுக்குமாடிக் குடியிருப்பில்

வேகமாகச் சிரித்தாலும்
வெளிக்கதவு தட்டப்படும்

திறந்து பார்த்தால்
பற்பசைச் சிரிப்போடு
வீடு வரும் விற்பனையாளன்

முகத்தில் அறைந்தாற்போல்
தாழ்ப்பாளிட்டு
பாடலைத் தொடர்ந்தால்
மறுபடியும் அழைப்பு மணி

பக்கத்து வீட்டுக் குழந்தைகளுக்கு
பாடத்தில் ஏற்படும்
சந்தேகம் தீர்க்கணும்

உள்ளறையில் படிக்க முயன்றால்
குளியலறையின் நீர்ச் சத்தம்

முதல் பக்கமும்
முழுதாகப் படிக்க முடியாமல்
அலமாரியில் செருகப்பட்ட
புத்தகங்கள் அநேகம்

சுவர்களால் எழுப்பப்பட்ட
சவக் காடுகளில்
கருவாடோ காரல் நெடியோ
பக்கத்து வீட்டுக்காகாது

நாவடக்கி புலனடக்கி
சுருண்டுகொள்
எடுக்க மறந்த தபால்களை
கூர்க்கா தருவான்

பின்வாசல் துளசிச் செடியை
தெரு நடையில் புரளாத
கோலத்தை
இம்சைக்குப் பின் கிடைக்கும்
இமைகளுக்குள் தேடியெடு

02.

எச்சமிடக் கூடுமென்னும்
எச்சரிக்கையில்
ஜன்னல் வந்தமரும்
சிட்டுக் குருவியை
ச்சூ.. வென விரட்டிவிட்டு
டிஸ்கவரி சேனலில்
பறவை ரசி

தொடர் பார்க்கும் ஆர்வத்தில்
மதியச் சமையல் மறந்துவிடு

தீப்பெட்டி வீடுகளில்
தொலைக்காட்சிகளே
குழந்தைகள்

பவர் கட்டாகையில்
பால் கொடுத்துக்கொள்ளலாம்
பட்டினியில் தூங்க வை
பிள்ளைகளை

03.
துவைகல்லை மறந்து விட்டுச்
சலவை எந்திரத்துக்கு சம்பாதி

அடை மழை தொந்தரவில்லை
ஆடைகளை
அடுப்படியில்
ஒரு குறுக்குக் கயிறிட்டு
காய வைத்து உடுத்து

திறக்கப்படாத
அண்டை வீட்டில்
யார் முகமும் தெரியாது

உன் வீட்டு முகவரியை
யாருக்கும் தராதே

தப்பித் தவறி யாரேனும்
தங்க நினைத்தால்

தர்மசங்கடத்தோடு
ஊருக்கனுப்பு

உலகம் வீட்டுக்குள்ளேயே
வந்துவிட்டதாகப்
பெருமை கொள்

எனினும், உன் வீட்டுக்கு
வருவதற்காக அல்ல
உலகம்.

04.
எங்கேனும் சென்றுவிட்டுத்
திரும்பி வருகையில்
உன் வீட்டுக் கதவு எண்ணை
சரியாக
தெரிந்துகொள்வதைத் தவிர
வேறேதும் பெரிதில்லை
உலகத்தில்.

○
பட்டமரத்தில்
கூடுகட்டாத குருவி
ஒதுங்குமிடந் தேடி
ஓயாது அலைந்தாலும்
புதைகுழிக்குள்
போக விரும்பாத
மனசு.

○
வலை வாங்கும் வசதியிருந்தால்
வாரிக் கொண்டு போகலாம்
வைத்திருப்பதோ
ஒற்றைத் தூண்டில்

○
வாழையடி வாழையாக
முகூர்த்தமென்றால்
வெட்டி வந்து கட்டுகிறார்கள்
வாழை மரம்

○
விந்தி விந்தி
தூரம் பற்றிய பிரமிப்பற்றுப்
போய்க்கொண்டிருப்பாள்
குறி சொல்பவள்
ஆணிக் காலோடு.

○
பருகப் போனது பாலெனில்
பிறகெதற்கு நிற்க வேண்டும்
பனை மரத்தின் கீழே.

உலை

குடிக்கும் கூழுக்கு
இனிப்பு சேர்க்க

யார் வீட்டு முகூர்த்தத்திலோ
கொடுக்கப்பட்ட
கற்கண்டை நொறுக்குவாள்
அம்மா

ஆறட்டும் சூடென்று
அமர்ந்திருப்போம் பசியோடு

திடீரென்று வருவார்கள்
விருந்தாளிகள்
குசலம் விசாரிக்க

நலத்தை நிரூபிக்க
இருப்பதை
ஊற்றிக் கொடுத்துவிட்டு

மறுபடியும் தட்டிப் பார்ப்பாள்
காலியான அரிசிக் குவளையை.

எறும்புகள்

திணறத் திணறத்
தின்று கொழுக்கக்
கொடுத்து வைத்திருக்கிறது
ரேஷன்கடை எறும்புகளுக்கு

பொந்தை நோக்கி
விரையும் எறும்புகளுக்குப்
பின்னொரு மழை கொட்டுகிறது

கடிக்கவே பிறந்தவை
கட்டெறும்புகள்
பிள்ளையார் எறும்புகள்
பிற்போக்கானவையென்பான்
சரவணன்

எறும்பூறும் பாதைகளை
இலை தழையால்
சுத்தம் செய்து
நடந்த துறவிகள்

செடிகள் மீதும்
காட்டியிருக்கலாம் கருணை

எறும்புகள்
எதற்கும் தயாரானவை
எங்கிருப்பினும்
இனிப்பெனில்
மொய்த்துவிடுகின்றன
தயக்கமற்று

கருமாதி வீட்டிலும்
ருசியான பண்டத்திற்கலையும்
எறும்புகளும் வாழ்கின்றன
மானமில்லாமல்.

O
பொய் சொன்னதற்காகக்
கோபித்துக்கொள்கிற
உன் சிணுங்கல்
உன்னதமானது

கால்களில் மட்டுமன்று
இதழ்களிலும்
பொருத்தியிருக்கிறாய்
கொலுசை

தெற்குப் படித்துறை

முக்கோணமாய்
மூன்று கற்கள்
குறுக வாய்க்கால்
தெற்குப் படித்துறையில்

அகல் விளக்கு
எரியத் தொடங்கிற்று
கன்னியாளம்மன் பெயருடன்

ஒட்டுத் துணிக்கும்
வக்கற்ற அம்மனுக்குப்
பட்டும் பல்லக்கும்

வருஷா வருஷம்
ஊரே கூடுகிறது
கரகாட்டம் பார்க்க

பாவம் தொலைக்க
கோழி
செய்வினை கழிக்க
ஆடு

மனம் போல் வாழ
மாவிளக்கு
தரித்திரம் நீங்க
தலை முடி

காவு கொடுப்பதற்கென்றே
காப்பாற்றுகிறார்கள்
எல்லாவற்றையும்

ஊர் ரெண்டுபட்ட
நாலாம் நாள்
மீண்டும்
முக்கோணமாய்
மூன்று கற்கள்
வடக்குப் படித்துறையில்.

O
தூங்குகிறவளின்
தலையணையை
உருவுவதில்
தென்படுமெனது
சாமர்த்தியத்தை

அழுகிற குழந்தையைத்
தூங்க வைப்பதில்
ஜெயித்துவிடுகிறாள்
மனைவி.

முதன்முதலில்

எவர் கையும் பற்றாமல்
நடக்கத் துவங்கியதெப்போது

பால் பற்கள் கீழ் விழ
சிரிக்கத் தயங்கிய நிமிடம்
நினைவிலில்லை

எழுத்துக் கூட்டி
வாசித்த முதல் கடிதம்
யார் அனுப்பியது

தானாய் சீப்பெடுத்துத்
தலைவாரிக் கொண்டது
எந்த வயதில்

இம்சிக்கும் அழகுகளோடு
கடந்துபோன
முதல் பெண்ணின்
பெயரென்ன

அம்மாவின் அணைப்பிலிருந்து
விலகிப் படுக்கப் பழகிய ஜாமம்
ஞாபகமில்லை

அத்தனை நொடியையும்
அடுக்கடுக்காய்ச் சொல்லும்
அம்மா கொஞ்சிய முதல் வார்த்தை
யாருக்குத் தெரியும்

ஆதாம் ருசித்த ஆப்பிள்தான்
முதல் பாவம்

ஏவாள் ஈன்ற குழந்தையே
முதல் புனிதம்.

பஞ்சாரம்

01.
கம்பிக் கூண்டில்
பச்சைக் கிளி
கண்ணாடித் தொட்டியில்
கலர் மீன்கள்

கோழிகளைக்
கவிழ்த்து மூட
பஞ்சாரம்

கூண்டுக் கிளிக்குப்
பரிதாபப்படுகிறார்கள்
அறுப்பதற்கென்றே
கோழி வளர்ப்பவர்கள்

02.

சாணம் மெழுகிய
திண்ணையில்
சேவலின் காலடிகள்

பார்க்கும்தோறும்
நினைவில் வரும்
காளியம்மன்
காவுக்கு நேர்ந்தது

நட்சத்திரங்களை
எண்ணியெண்ணித்
தோற்கிற என்னிடம்

கிண்ணிக் கோழியின்
உடம்பிலிருக்கும்
புள்ளிகளின்
கணக்கு சொல்வாள்
தங்கை.

03.

எதிர் வீட்டுக்காரி
கோழியைக் கொன்று
பொறாமை தீர்த்துக்கொண்ட
ஒப்படியாளை
ஒரு போதும்
ஒத்துக்கொள்வதில்லை அம்மா.

04.
வாங்குகிற கூலிக்கு
வசதியாய்ப்படுவது
ப்ராய்லர் இறைச்சி

நாட்டுக் கோழிதான்
நல்லதெனத்
தேடியலையும் அப்புச்சி
மருமகன் அனுப்பிய
கடுதாசி பார்த்ததும்.

05.
முட்டையிடும் வரை
பஞ்சாரத்துக்குள்ளேயே
கோழியைப் பதுக்குவாள்
குழந்தையில்லாத
சரோஜா.

06.
பாதியறுந்த கழுத்தோடு
துடிதுடிக்க
இரத்தம் கக்கும் கோழிகள்
தர்கா வாசலில்

அறுத்த கத்தியை
அலம்பிவிட்டு
சலனமேயில்லாமல்
தொழுகை செய்வான்
அவன்.

07.
கோழி விரட்ட
தண்டட்டி வீசிய
பரம்பரையின் பேத்திகள்
பியூட்டி பார்லரில்
ஃபேஸ் க்ரீம்களோடு.

08.
நெதமும் காலை
கொக்கரிக்கும் சேவல்
சொல்லப் பழகியதோ
கோழி கூவுவதாக.

09.
காப்பியத்தில்
நாட்டியத் தாரகை
அரண்மனைகளில்
தேவதாசி

குடிவெறியில் வேசி
பாடல் வரிகளிலோ
பரத்தை.

10.
பட்டணத்து மைனர்
பெண்ணுக்குச் சூட்டும்
பட்டப் பெயரோ
கோழி

விலை மாது
கோழியாகிறாள்
உயிர் வளர்க்க

குலப் பெண்ணோ
கோழி வளர்க்கிறாள்.

11.
பருந்து கவ்விப் போன
குஞ்சுக்காக
ராத் தூக்கம் கெட்டு
நலிந்து போனவள்
பெரியம்மா

கோழிச் சண்டை
குளறுபடிகள்
பகையாளி வீட்டுத்
தானியமென்பதால்
மேய மறுக்காது
எந்தக் கோழியும்.

பொம்மை

யாரோ ஒருத்தியின் குழந்தையை
வாஞ்சையோடு வருடிக் கொடுக்கிற
உனக்கு

கல்யாணக் கனவே
இல்லையென்பது
எத்தனை பெரிய பொய்

குறிப்பாக
எனக்குத் தெரியும்படி
நீ கொஞ்சுவது
வெளிப்படையாய்க் கேட்க
வெட்கமென்றுதானே
பொருள்

குழந்தைக்கும் உனக்கும்
நான் கிடைத்ததைப் போல
எனக்கு யார் கிடைப்பார்
விளையாடுவதற்கு.

கண்ணாடி மாளிகை

01.
மூக்குத்திக் கனவை
வெண்டைக்காய்
முனை பொருத்தித்
திருப்தி கொள்கிறாள்
சிறுமி.

02.
நதி வடிந்து
மணலாகிக் கிடக்கிறது
மீன்களின் கனவு
என்னவாயிருக்கும்?

03.
அவளுக்கெப்போதும்
கெட்ட கனவாகவே தென்படுகிறேன்

மறந்து போனவள்
தொலையாதிருக்கிறாள்
கனவுகளிலேனும்.

04.
உறங்குமிடம் சத்திரமென்றாலும்
கனவுகளில் வராமலில்லை
கண்ணாடி மாளிகை.

05.
பார்வையற்றவனின் பகல் கனவு
பெரும்பாலும்
கண்கள் குறித்தே அமையக் கூடும்.

06.
பரங்கிப்பூ பூக்கிற மார்கழி
குளிரைப் போர்த்தியிருக்க
கஷ்டப்பட்டுக் கண்ட
ஒரேயொரு கனவையும்
கலைத்துவிட்டது கொசுக்கடி.

பழந்துணி

வருஷத்துக்கொருமுறை
வந்துவிடுகிறான்
பழந்துணிக்குப்
பாத்திரம் தருபவன்

முடிந்து போடப்பட்ட
துணி மூட்டைகளைக்
கொடுத்துவிட்டு
அடுக்களைக்குத்
தேவையானதை
எடுப்பாள் அக்கா

உடுத்திய துணிகளைப்
பிறருக்குத் தந்தால்
அண்டும் தரித்திரம்

கொடுக்க மனமில்லாது
தொடுப்பாள் சாங்கியம்

எடைக்குப் போடுமுன்
எடுக்கப்படும் பொத்தான்களைப்
பொருத்துவாள்
யாருடைய சட்டையிலாவது

பொருந்தாத நிறத்தில்
அவைகளும் பொய் பேசும்
அவளைப் போலவே

எப்போதுமவள் கண்ணிலிருந்து
தப்பிவிடுபவை
இட்லித் துணியாகின்றன

கைப்பிடித் துணிக்காக
வைத்துக்கொள்வாள்
அவளது துணிகளை

அவ்வப்போது
அவளுமாவாள்
கரித் துணி.

பள்ளி வாசல்

எல்லாப் பள்ளிக்கூடத்து
வாசல்களிலும்
தட்டுக் கூடையில்
நெல்லி விற்குமொரு கிழவி
குந்தியிருக்கிறாள்

உருக்கும் வெயிலில்
நாவறளக் கத்திக்கொண்டிருக்கிறான்
ஐஸ் வண்டிக்காரன்

பிரேயருக்கு முன்னதாக
வராத பிள்ளைகளை
வெளியே விட்டுக்
கதவைப் பூட்டுகிறான்
காவலாளி

பிரம்பைக் கையிலெடுத்து
காந்தியின் அஹிம்சையைப்
போதிக்கிறார் வாத்தியார்

அடுத்த மாதக் கட்டணத்துக்கு
யாரேனும் ஒரு மாணவனின் தாய்
மூக்குத்தி கழற்றுகிறாள்

○
சம்பங்கிப் பூவில் வரும்
முதலெழுத்தும்
மல்லி என்பதிலுள்ள
கடைசி எழுத்துமாக
உன் பெயர் மிக நீளமானது

என் வசதிக்காகப்
பெயரளவில்கூட
உன்னைச்
சுருக்கிவிடக்கூடாது

○
நின்று பார்ப்பதற்குள்
கடந்துவிடுகிறது காலம்
நீ கடந்து போவதற்குள்
நின்றுவிடக்கூடாதா
இந்தக் கடிகாரம்.

○
நட்டும்
வளராமல் போகிறது
பூச்செடி
நடாமலேயே
நிழல் கொடுக்கின்றன
மரங்கள்.

மஞ்சள்

உரசி நீ
பூசிக்கொண்ட
மஞ்சள் துணுக்குகள்
துருத்திக்கொண்டிருக்கின்றன
துவைகல்லில்

இறுதியாய் நீ
முடியுலர்த்திய
மூங்கில் படலின்
ஒடிந்த குச்சியாய்த்
தூக்கியெறியப்பட்டேன்
உன்னிடமிருந்து

காய்ந்து போன
சாந்துப் பொட்டை
என் கண்ணீர் நிரப்பிக்
குழைத்துக்கொண்டாய்

உன் மணநாளில்
லாந்தர் சுமந்தவனின் தோளாய்
வலி எடுக்கிறது மனசுக்குள்

வெகு இயல்பாய்
எல்லோரையும் விசாரிக்கிறாய்
என்னைத்தவிர்த்து

உன் சாயலற்ற யாரையும்
சிரமப்பட்டுக்கூடப்
பார்க்க முடியாமல்
நான்

எது எப்படியோ
மார்கழியில் உறைந்த
எண்ணெயாய் இறுகிக் கிடக்கும்
இருவருக்குமான நாட்கள்

முகத்துக்கென்றபோதும்
உள்ளங்கையில்
ஒட்டிக்கொள்கிற
மஞ்சளைப் போலாவது
சிரித்திருக்கலாம் நீ.

செங்கல் சூளை

பஞ்சு மில் வேலை
பிடிக்காது போகவே
செய்யத் தொடங்கியது
செங்கல் சூளை

முப்போகம் விளைந்த
விவசாய பூமி
காவிரி வறண்டு
கல்லறுக்க உதவிற்று

ஊரே
தானிய விளைச்சலுக்கு
மழை கேட்கும்

அறுத்த கல்
கரையாதிருக்கக்
கூடாது மழையெனக்
கும்பிடுவாள் அம்மா

பனையுயரப் பங்களாக்கள்
கொடி பறக்கும் கோட்டைகள்

யாவற்றுக்கும்
மண் பிசைந்தவன்
ஐப்பசி மழையில்
கோணியில் புதைவான்

வாதாமடக்கி
வைத்தெரித்தால்
கல்லுக்கு நிறங்கூடும்

எத்தனை நிறமென்றாலும்
கடனுக்கே எடுத்துப் போவான்
லாரிக்காரன்

சூளையைக் கொளுத்தும் போதே
சோகமும் கருகுமென்றிருக்க
வேகாத கற்களாய்
வீணாகும் வேர்வை

தொழிலிலுள்ள வைராக்கியம்
உருக்குக் கற்கள்
உடைவதுமில்லை
உபயோகமுமில்லை.

விரதம்

சௌக்கியமா என்கிறாய்

நீயில்லாத நானெப்படி
நலத்தோடிருக்க
முடியுமென்று
கேட்க நினைத்தேன்

சொல்ல நினைத்து
எதைத்தான்
தெளிவாகச்
சொல்லித் தொலைத்தேன்

நாக்குத் தடுமாறி
வேறெதோ முளைத்தது
வார்த்தைச் செடியில்

தேளுக்குக் கொடுக்கில்
பாம்புக்குப் பல்லில்
உனக்கு நாக்கில்
விஷமென்று
கோபித்துக் கொண்டாய்

நீ கோபப்படாத சந்திப்பேதும்
இருக்குமாயின்
அது விரதநாள்

விரத நாளன்று
வைக்கப்படுகிற
பருக்கைகளாய்
கொத்திப் போக
ஆளில்லாமல் நீ

கூப்பிட்ட
களைப்பில் நான்.

தோழன்

கழுத்தறுபட்டு
துடிக்கும் பறவையின்
இறகு பிடுங்கிக்
காது குடைகிறாய்

ஏந்துமென்
அலுமினியத் தட்டில்
வீசுவதற்கென்றே சேமிக்கிறாய்
செல்லாத நாணயம்

திறந்துதானிருக்கிறது
என் வாசல்
நீயேன் கூரை பிரித்துக்
குதிக்கிறாய்

உன் சிபாரிசுகளெல்லாம்
என்னைக்
கேவலமாக்குவதற்காகப்
பரிந்துரைப்பவை

தேடித்தேடி
நீ கண்டெடுக்கும்
கரித்துண்டுகள்
என் கறுத்த முகத்தில்
அப்புவதற்காக

கிழிந்து விடுமெனத் தெரிந்தும்
அடித்தே துவைக்கிறாய்
என் நைந்த மனசை

இன்றைக்கும்
பழக்க தோஷத்தில்
கோப்பை நீட்டுகிறாய்

என்னால்தான்
உறிஞ்ச முடியவில்லை
சந்தேகிக்காமல்.

தொடர்பு

என்னை அடுத்து
பேசக் காத்திருப்போரின்
அவசரமுணர்கையில்
தவறிவிடுகிறது

சொல்ல நினைத்த
தகவல்களில்
ஒன்றிரண்டு

விடுபட்ட சேதியைத்
தெரிவிக்க
மீண்டும் காத்திருப்போரின்
வரிசைக்கு
வந்துவிடுகிறேன்
தெளிவான தொடர்புக்கு
தொலைபேசியைக் காட்டிலும்
கச்சிதமானது கடிதம்

பிரிக்கும்போது

பின்னிக்கொள்ளும் ஆவலை
சத்தமிடும் தொலைபேசி
கொடுப்பதில்லை

வெறுப்பூட்டும் கடிதத்தைக்
கிழித்தெறியலாம்

வெறும் பேச்சென்றாலும்
சட்டென்று துண்டித்தல்
சரியாகாது
தொலைபேசியில்

தவறிய சொற்களை
எழுதலாமென்று
அஞ்சலகம் போனேன்

எனக்கு முன்னால்
நின்றிருந்தவன்
சென்று சேராத கடிதம் குறித்த
விசாரணையிலிருந்தான்

தொடர்பற்றுப் போனவர்களைச்
சந்திக்கையில்
சொல்லி நகர்கிறேன்
கடிதம் எழுதியதாக.

தேர்தல்

கர்ப்பமுற்றிருப்பவள்
உறங்குதலில்
கொண்டிருக்கும்
எச்சரிக்கையோடு
வந்தது தேர்தல்

நிறைவேறாத கனவுகளோடு
நிரம்பி வழியும் ஆசைகளோடு
தெரு முழுக்கப் பதிக்கப்பட்டது
சின்னம்

பரமபதத்தின் சதுரக் கட்டங்களில்
பதுங்கிக்கொள்பவை
கொள்கைகள்

காய்களாய்ப் பார்த்து
ஏணி தொட்டாலும்
கடித்துக் குதறும் பாம்புகளாய்
எதிரணிகள்

கோரிக்கைகளைக்
கண்ணில் சிதறவிட்டு
இட்டு வருகிறோம்
வாக்குகளை

பிரசவத்துக்கு முன்னமே
பின்னத் தொடங்கிய
ஸ்வெட்டர்கள்
எந்தக் குழந்தைக்கு
எப்போது பொருந்தியிருக்கிறது

திருப்திக்காகவேணும்
செய்யப்படுபவைதான்
சடங்குகள்.

பொய்ப் புராணம்

கை தவறிய சிலேட்டு
உடைந்து போக
திட்டுக்குப் பயந்து
இன்னொருவன் மீது
சுமத்திய பழிதான்
எனது முதல் பொய்

அவனை வைதுவிட்டு
வாங்கித் தந்தார்கள்
பிளாஸ்டிக் ப்ரேமிட்ட
இன்னொன்றை

வரும் வழியில் கொட்டிவிட்டு
மாவரைப்பவன்
திருடியதாகச் சொன்னது
இரண்டாவது

அன்று இரவு வரை
மிஷின்காரன்
சபிக்கப்பட்டான்

சொல்வதெல்லாம் பொய்
பொய்யைத் தவிர
வேறில்லை

வெகு விரைவிலேயே
துப்பறியப்பட்ட பொய்களால்
என்னையொரு
வழக்கறிஞனாக்குவதில்
ஆர்வங்காட்டியது
குடும்பம்

பொய்யையே தொழிலாக்கும்
உத்தேசமில்லாது
தொடங்கினேன் கவிதை எழுத.

தராசு

கைத் தராசு
தவறிழைத்தபோது
தயாரிக்கப்பட்டது
நிறுத்தல் தராசு

முதுகுகளில்
புளி தடவிக் கொண்டு
ஏமாற்றப் பழகியபின்
எங்கிருந்தோ வந்தது
மீட்டர் தராசு

பொருள் தருபவன்
தராசோடிருக்க
கண் வைக்கிறோம்
நடு முள்ளில்

தராசில் இல்லை
குறைவுக்கான
காரணங்கள்

தராசைச்
சரி செய்துவிட்டால்
பொருட்களில்
கலப்படமாகிறது

மறுபடியும் கைத் தராசு
மறுபடியும் நடுமுள்

அளவுகள் மாறிவிட்டன
அளவுகோல்கள் மேல்
அதிருப்தியெதற்கு.

மூவர்

ஒரே தீக்குச்சியில்
மூவர் பொருத்திக்கொண்டால்
சிதைவுறும் நட்பு

எங்கெங்கோ கிடக்கும்
ஆஷ்ட்ரேயை
எடுத்து வைப்பவன் நீதான்

தட்டப்படுபவை
சாம்பல்களும்
கொஞ்சம் விவாதங்களும்

நீட்டிப் படுக்கவியலாத
ஒற்றைத் தனியறையில்
புத்தகங்களைத்
தலையணையாக்கிக்
கழித்த இரவுகள்

நிமிட்டுகின்ற அதிர்வில்
தூளாகிக்கொண்டிருக்கிறேன்

தீப்பெட்டி கையிலிருந்தும்
உதவிக்கொள்ளாத நெடுஞ்சுவர்
எழும்பி விட்டது நமக்குள்

நீயும் சிகரெட்டை
நிறுத்திவிட்டாயாமே

நட்புதான், அதற்காக
நகக்கணுவில் புகுந்துகொண்ட
மண்ணையெப்படி.

அலுவல்

கலயம் சுமந்து
பதநீர் விற்கும்
பனந் தோப்புக்காரிகள்
வீதியில் வருவதில்லை

வெள்ளையடித்த வெளிச்சுவரில்
குறிப்பெழுதும் தயிர்க்காரிகள்
கொஞ்ச காலமாய்க் காணவில்லை

அடிக்கடி
மாராக்கை
சரி செய்யும் பூக்காரி

சரிந்தே அமர்ந்திருக்கும்
சந்தையோரக் கடைக்காரி

எல்லாப் பெண்களுக்கும்
என்னவாயிற்றென்று
விசாரித்தறியும் பெண்ணில்லை
வீடுகளில்

அலுவலகம்
வேண்டாமென்றால்
கேட்கிறாளா தங்கச்சி.

சொல்லாமல்

அடம் பிடித்து
அழத் தொடங்கினால்
தவிட்டுக்கென்னைக்
கொடுக்கவிருந்த
தகவல் வரும்

பஞ்சு மிட்டாய்க்காகக்
கிளுகிளுப்பையைப்
பறிகொடுத்த வயதில்
தெரிந்திருக்குமா
மேலும் நிகழும்
ஏமாற்றமென்பதை

நாணல் புதரடியில்
கண்டெடுத்த
பாம்புச் சட்டை

ஓணான் வாயில்
திணித்த
புகையிலைத் துகள்கள்

மீனைச் சிக்க வைக்கத்
தேடியெடுத்த
மண் புழுக்கள்

ஏமாற்றிப் பெற்றதுதான்
எல்லாமும்
இன்றென் நினைவில்
சுழல்வதாக

சொல்லத் தயங்கும் சம்பளம்
நடிகைகளின் ஏமாற்றப் பழகும்
மார்பகம்.

உனக்கு

வாய் திறந்து நீ சிரித்தால்
வழுக்கி விழும் என் மனசு

தளும்பச் சிரித்துவிட்டு
தவம் புரிய விடுவாயா

வேகமாக ஓடி வந்தால்
வேர்த்துவிடும் உன் அழகு

காத்திருக்கும் வேளையிலும்
பொடி நடையாய் வருவாயா

உன் கூந்தல் குடியிருந்தும்
உதிர்கின்ற இப் பூவை

வேண்டாம் என்றெண்ணி
வீசிவிட மாட்டாயா

மென் கரங்கள் பிடித்திருந்தும்
துரு ஏறும் ஜன்னல்களை

சட்டென்று மூடிவிட்டு
மழையாகி அழுவாயா

ஏதேதோ புலம்பல்களை
ஏந்தி வரும் கடிதத்தை

நூறாகக் கிழித்தென்னை
நொறுக்கிவிட்டுப் போவாயா

உனக்கு
எழுதுகிற போதே
இரண்டொரு சொல்லைத்
தப்பிதமாய்
எழுதிவிடுகிறேன்

பிழைகள்
பற்றியாவது
பேசுவாயில்லையா?

பலி

அடுத்த நடவுக்கென்றிருந்த
விதை நெல் விற்று
கட்சி நிதி கொடுத்தான்
கதிர்வேலு

கல்யாணமாகிய
கொஞ்ச நாளிலேயே
பொஞ்சாதியின்
கைவளையலைக் கழற்றித்தான்
தலைவருக்கான
பொன்னாடையைப்
போர்த்த முடிந்தது
பரமேசுவால்

வராத தலைவரில்லை
கூடாத கூட்டமில்லை

நன்றியுரையில்
தன்பேரும் இருந்ததெண்ணி
சொத்தை இழந்தவன்
சுந்தரம்

பின்னிரவொன்றில்
பேனர் கட்டப் போனவனைப்
போலீஸ் பிடிக்க
சவமானான் தர்மராசு

நெடிதுயர்ந்த
சவுக்குக் காடுகளைக்
கொடிக் கம்பமாக்கிவிட்டு
அந்தரத்தில் பறக்கும்
அவர்கள் குடும்பங்கள்

தனக்குப் பிடித்தவரை
கட்சி நீக்கியதால்
தீக்குளித்து உயிர் நீத்தான்
இடிமழை உதயன்

பிடித்த நிறமென்பதால்
பேனா தொடங்கி பீரோ வரை
சிவப்பாகவே நிறைந்தது
என் வீட்டில்

பேரணிக்கான துண்டறிக்கையின்
பின்பக்க வெண்மை
எனக்காகும் கவிதையெழுத

கசக்கி வாய் துடைத்து
வீசிப்போவான்
எதிர்க்கட்சிக்காரன்

வருகிற தேர்தல் வரை
அவனும் இவனும் பகையாளி

அடுத்த முறை ஆகக் கூடும்
அண்ணன் தம்பிகள்..

ராகு காலக் காளி

01.
அண்ணாந்து பார்க்கும்
கோபுரத்தில்
அமர்ந்திருக்கிறான் சிவன்

அகழிகளில்
நடந்து கொண்டிருப்பதோ
விபச்சாரம்

ஆடற்கலை செழித்த
அரண்மனைத் திட்டுகளில்
ஊனக் கால்களுடன்
பிச்சைக்காரிகள்

ஊரடித்து
உலையிட்டவன்
ராசராசன்

ஊரை அழித்து
வரகு நட்டான்
மாறவர்மன்

கழுதைகள் உழுத
நன்செய் நிலத்தைப்
பிழைக்கச் செய்தவள்
நிசும்பசூதனி

வெட்ட வெளிப் பொட்டல்
வேகாத வெயில்
நட்ட நடு நிசியில்
கொட்டும் மழையிலும்

கூரையில்லாத காளி
குடையாகிக் காக்கிறாள்
பூஜை புனஸ்காரமோ
அங்காளப் பரமேஸ்வரிக்கு

02.
கர்நாடகக் கரையில்
கமண்டலம் கவிழ்த்த காக்கை
சோழ எல்லையில்
பறக்காமலில்லை

காவிரியோரம்
கொக்கு சுடுவதை நிறுத்திவிட்டு
காக்கைக்கு குறி வைக்கும்
உழவர்கள்

தண்டை ஒலியெழும்பத்
தகதகக்கும் விழி கருக்க
பண்டை எதிரியின்
படை திரும்பிப் போனது

முன்னம் பகையொழிந்து
மூச்சு விடும் சமயத்தில்
கேட்கத் தொடங்கின
காற்சிலம்பின் சிணுங்கல்கள்

இன்று வரை தெரியாது
நீயும் நானும்
யாருடைய பிள்ளைகள்

03.
ஆடி அடங்கிவிட்ட
அடை மழையாய் உன் பெருமை

குடிசைத் தரை போல
குறிப்பிருக்கு கல்வெட்டில்

தேடி எடுக்காது
ஏழுமலையானை
நோன்பிருந்து வேண்டுகிறாய்

வெறுங்காலின் கொப்பளத்தில்
நானூறு வருட ராஜத் திமிர்

போக்கிடம் ஏதுமற்று
புறம்போக்கில் வீடு கட்டி
இலவசப் பட்டாவுக்கு
மனுச் செய்யும் சோழர் குலம்

04.
பூப் பெய்திய பெண்
பூக் கொண்டுப் போய்
கழுத்தில் சூட்டினால்
கல்யாணமாகிறது
இன்றைக்கும்

கற்பூரம் ஏற்றினால்
கர்ப்பம் தரிக்கிறது

வகையறியாமல்
தொகை தொகையாய்
ஜனத்திரள்
காளியின் பாதத்தில்

ஊர் காக்கும் நிசும்பசூதனி
உலவுகிறாள் வெளியே

நீயோ
ஊருக்குள் கட்டுகிறாய்
அம்பாள் சந்நிதி.

திருப்பித் தருவேனெனத்
தெரிந்திருந்தும்
படிக்கத் தராதவர்களுக்கு

தெப்பக்கட்டை

ஸ்டேட் பேங்க் விருது பெற்ற நூல்
2001

சாலை வழிப் பயணம்
அபிவை சரவணன்

சில சமயங்களில் கன்னங்கள் வழியே வழிந்தோடும் கண்ணீர். ஏன் எதற்கென்ற காரணம் கண்களுக்கே தெரியாது. அப்படித்தான் தெப்பக்கட்டையை வாசித்து முடித்தவுடன் இன்றும் நிகழ்ந்தது. அறையின் சுவரில் சரிந்தபடி கண்ணீர் ருசியில் மூழ்கிக்கிடந்தேன். வெகுநாட்களாயிற்று இப்படியிருந்து.

எனக்குத் தெரியும் உன் கண்ணீர். அது வெறுமனே அழுதுகொண்டிருக்காது. கையறு நிலையில் திரிந்து நிற்காது. அது பேசும் மௌனமாய்.. ரகசியமாய்.. கொந்தளிப்பாய் அர்த்தத்தோடு ஹோவெனக் கொட்டும் அருவியாகவும் மறுவிநாடி சலசலத்துப்போகும் நதியாகவும் மெல்ல மெல்ல இறங்கும். அந்தக் கண்ணீரின் மொழியில்தான் நாம்.

இன்னும் சொல்வதெனில்
அவ்வப்போதாவது
சிரித்துக்கொண்டிருந்தோம்

போவோர் வருவோரெல்லாம் விலகிப் போக.. பேய் மழையில் நாம் கைகோர்த்து நடந்துபோய் சாலையில் அறுந்து கிடந்த மின்சாரக் கம்பியை

மிதித்தோம். உடலெங்கும் பரவிய மின் அதிர்வலைகள் மூளையைத் தாக்கிற்று. சந்தோசக் கூச்சலிட்டோம். கவிதை எழுதினோம். மேடையேறினோம். நாள் முழுக்க விழித்திருந்து கண்கள் சிவக்க விவாதித்தோம். நடைபாதைக் கடையிலிருந்து நூலகம் வரையில் சேகரித்த புத்தகங்களை விழுங்கித் தீர்த்தோம். மின்சார கம்பிக்குப் பெயர் நமது அரசியல், உனக்கு ஞாபகமிருக்கிறதா?

அந்தப் பருவத்தில் எல்லோரும் புத்தகத்துள் மயிலிறகை ஒளித்து வைக்க.. நீ பத்திரிகைகளுக்குக் கவிதைகள் அனுப்புவதற்காக தபால் தலைகளை ஒளித்து வைத்திருப்பாய். பின் ஆறு வயது கடந்தது. பாலியல் கத்திச் சண்டை போடும் பருவம். எல்லோரும் தனக்கே தனக்கென ஒரு அல்லது பல தாவணிகளுக்குக் கடிதம் எழுதிக் கொண்டிருக்க.. நீயோ யதார்த்தத்தின் வீதியில் உரத்த கவிதையோடு நின்றாய். அதுதான்

திண்ணியத்தில் தின்ன வைத்தார்கள்
மலத்தை
குமட்டலெடுக்கிறது
ஒரு வரிகூட எழுதவில்லை நான்

என்கிற வரிகளை இப்பொழுது எழுத வைத்திருக்கிறது. அதுதான் சிறைக்கம்பிகளுக்குப் பின் தோழர் புகைக்கும் பீடியின் புகையை உன் கவிதையில் கசிய வைக்கிறது.

ஒரு கட்சிப் பேச்சாளரின் பேச்சைக் கேட்ட இரவொன்றில் நீ சொன்னாய். அபத்தமான விஷயத்தையே அற்புதமா பேசுறான். சிலபேரு நல்ல விஷயத்தையே அபத்தமா பேசுறான். இங்கே இதுதான் கோளாறு. அந்தக் கோளாறுகளற்ற தானியங்களை மனப்பத்தாயத்திலிருந்து எடுத்து இறைத்து வைத்திருக்கிறாய். பஞ்சாரம் விட்டு வெளியே வந்த கோழிகள் கொத்தித் தின்கின்றன.

பூக்களிழந்து இலை உதிர்ந்து கோடரிக் காயம்பட்டு துக்கத் தழும்போடு நடுக்குளத்தில் எம்மக்களின் அடையாளக் குறியீடாய் மிதந்துகொண்டிருக்கிறது தெப்பக்கட்டை. அதைப் பற்றி பின்னங்கால் தப்பளம் கொட்ட நீச்சலடித்தேன்.

மாவோவின் துப்பாக்கி, பிடல் காஸ்ட்ரோவின் சுருட்டு, சே குவேராவின் தாடி, லெனினின் முன் வழுக்கை, மார்க்ஸின் கண்கள், பெரியாரின் கைத்தடி இன்னும் ஆதிமனிதன் தொடங்கி சிவப்பிந்தியன் வழியாக ஸ்பார்ட்டகஸிலிருந்து இலத்தீன் அமெரிக்க மற்றும் ஆப்பிரிக்க போர்க்குணம் எல்லாமுமே தெப்பக்கட்டையின் மீதிருந்த தழும்புகள். நீர் வழியும் கைகளால் தடவினேன். அட... காய்ந்த மரத்துண்டு பூக்கிறதே.

எப்போதும் உயிர்ப்போடு
சிணுங்குகிறது நம் காதல்

என்றபடி செம்பருத்தி சிரிக்கிறது.

பிடிவாதமான
பேரத்திற்குப் பிறகு
கிடைக்கும் ரூபாயில்
வாங்கியனுப்பு எனக்கான விஷத்தை

வேதனையோடு சொல்கிறது அரளி.

முகமே மிளிரும் மூக்கு நுனியில்
புடவை மூடிய உந்திச் சுழியில்

ஆவேசமாக எனைக் கொட்டி மூழ்கடித்து மூச்சுத் திணறவைக்கிற ரோஜாக்கள். சட்டென எல்லாப் பூக்களும் உதிர்ந்து பூசணிப்பூ தலை காட்டுகிறது

தெரிந்த ஊருக்குள் பிரவேசிப்பதைவிட
சுவாரஸ்யம்
தெரியாத ஊருக்குள் பிரவேசிப்பதுதான்

பாதுகாப்பாய் மார்கழியின் விடிகாலையில் தெருவடைத்துக் கோலம்போட்டு சாண உருண்டையில் பாதுகாப்பாய் ஏறிக்கொள்கிறது பூசணிப் பூ. பாரதி.. உனக்கு எத்தனை முறைதான் சொல்வது. காதலித்துத் தொலையேன். எந்தக் காதல் பிசாசாவது உன்னை மன்மத ராசாவாக்குகிறதா பார்க்கலாம். நீ மாட்டாய். உன்னால் முடியாது. பேனா பிடித்து தேவதைகளை அழைத்து வருவாய். அது ஒரு கவிதையாகவோ பாடலாகவோ பிறரை இம்சிக்கும். நீ நிம்மதியாய் தூங்குவாய். மற்றவனையோ மற்றவளையோ அல்லாட விடுவதில் உன் பேனாவுக்கு அப்படியோர் ஆனந்தம் இருக்கட்டும்..

வரப்போகிறவள் உன் பேனா தேவதைகளின் சிறகொடிக்கட்டும். எங்கே? நீதான் இப்போதே அவளுக்கென காதலை சேகரித்து வைக்கிறாயே.. அதில் மூழ்கி தேவதைகளை சீவி சிங்காரித்து அவளே அனுப்பி வைப்பாள்.

கோபம், புன்னகை, சந்தோஷம், வேதனை, அழகு, அவலம் எதுவாயினும் அது உன்னிடம் கவிதையாகவோ பாடலாகவோ பிசிறின்றிப் பிரசவிக்கும் ரகசியமே உன் கலையாத சமூகப் பொறுப்பின் கர்ப்பத்தால். அது, அவஸ்தைக்குள்ளாக்குகையில் துடிக்கிறாய். முனியாண்டிவிலாஸ், ரத்தக்கிணறு, பாம்புப் புராணம், பேய்வீடு என வலி கதறவைக்கிறது. வலியடங்கிய பொழுதின் சுகத்தில் காதல் தேவதைகள் நடமாடுகிறார்கள். அந்த தேவதைகளுக்கு வெள்ளுடையில்லை. அவர்கள் சாயம்போன தாவணியில் முகப் பருக்களோடு இருக்கிறார்கள்.

உன் வலியை வேதனையை உன் அம்மா ரசிக்கிறாள். இன்னும்.. இன்னும் என ஏக்கத்தோடு பார்க்கிறாள். வானொலிப் பெட்டியில் பெண்குரல் உன் பெயர் சொல்கையில் கண் கசிகிறாள்.

உன் அம்மாவுக்கு
எதிர்வீட்டு அம்மாவைவிட
அதிகமாயிருக்கிறது ஆசை

அதனால்தான் உன் அம்மா நம் அம்மாவானாள். நீ அழ வேண்டும் கண்ணீர்விட்டுக் கதறவேண்டும். வலியில் துடிக்க வேண்டும். தெப்பக்கட்டையைப் படித்து நீரில் தத்தளிக்க வேண்டும். நான் சுகமாய் தூரத்திலிருந்து கேட்கும் உன் பாடலை ரசித்தபடி உன் கவிதையை வாசித்துக்கொண்டிருக்க வேண்டும். ஏனோ தெரியவில்லை.. இப்போது கன்னங்கள் வழியே வழிந்தோடுகிறது கண்ணீர். ஏன் எதற்கென்ற காரணம் கண்களுக்குத் தெரியவில்லை.

கோடம்பாக்கம்
சென்னை – 24
05.02.2001

வீடு சேர்ந்தது வரை

என்.ஸ்ரீராம்

ஐந்து வருடங்களுக்கு முன்பு வெயில்காலம் துவங்கியிருந்த ஒரு நாளில் எப்பொழுதும் போலவே ரமேஷ் வீட்டிலிருந்து இந்த வருடமும் காளியம்மன் சாட்டுக்கு அழைப்பு வந்திருந்தது. சிறிய நகர்போல சாயல்கொண்ட அந்த ஊரின் தேர்த்திருவிழா எப்பொழுதும் என்னை வசீகரித்ததுண்டு. கும்பலாக வடம் இழுக்கும் ஆட்களின் ஆர்ப்பாட்டத்தினூடே காளி பவனிவரும் அழகோ அல்லது அந்தச் சுற்றுவெளி ஊர்களிலிருந்து எல்லா வீட்டு வயசுப் பெண்களும் தேர் காணவரும் கவர்ச்சியோ, எதுவெனத் தெரியவில்லை.

அன்று ரமேஷ் ஊருக்கு சாயங்காலமே போயிருந்தேன். அவனின் உறவுக்காரர்கள் நிறைந்திருந்தார்கள் வீடுகொள்ளாமல். இருட்டியபின்பு நாங்கள் தேர் காணச் செல்லும் தருவாயில் திடீரென ரமேஷ் கேட்டான்.

“கணையாழிக்கு ஏதாச்சும் அனுப்பிச்சிருந்தியா..?”

“ஏங் கேக்றே..?”

கணையாழியை வாங்கிப் பார்த்தேன் 'நெட்டுக்கட்டு வீடு' என்கிற என் சிறுகதை. சிறுகதை என்பதைவிட நெடுங்கதை என்றே சொல்லலாம். நேர்த்தியான, நவீன ஓவியத்தோடு கதை பிரசுரமாகியிருந்தது.

உடனே வெளித்திண்ணையில் உட்கார்ந்து படிக்கத் துவங்கினேன். திருவிழாக் கோலத்தில் ஊர் குதூகலித்துக் கிடந்தது. ரமேஷும் உறவுக்காரர்களும் தேர் பார்க்கக் கிளம்பிப் போய்விட்டனர். அதுவரை வீடு முழுவதும் இறைந்து கிடந்த அலாதியான ஒரு தனிமை சட்டென்று கலைந்தது.

திடீரென வடம் இழுப்பவர்களின் ஆர்ப்பரிப்புச் சத்தம் கேட்கிறது. காளி மேற்குப் பக்கம் வந்து கொண்டிருக்கிறாள். தலைவாசலில் 'பொட்டிலி' சப்தமும், வாண வெடிப்பும் மாறிமாறிக் கேட்கிறது. கடவுள் நம்பிக்கை மிகுந்த எனக்கு அப்போது சட்டெனத் தோணியது. என் கதை பிரசுரமாக இந்தக் காளியின் அருள்தான் காரணமோ? அப்போது என் மனசெங்கும் வியாபித்த ஒரு வார்த்தை 'நிசும்பசூதனி'. ராகுகாலக் காளியைப் பற்றி கவிதை எழுதிய கவிஞன் யுகபாரதி.

யுகபாரதிக்கும் எனக்குமான உறவு அன்றிலிருந்து துவங்கியது என நினைக்கிறேன். அதன்பின்பான இரு வருடங்களும் எங்களுக்குள் எந்தவிதத் தொடர்புமில்லை. என் கதைகள் கணையாழியில் எப்பொழுதாவது வந்துகொண்டிருந்தன. யுகபாரதியை அந்த தினத்தில் மட்டும் நினைப்பேன். ஆனால், உள்ளுக்குள் ஒரு ஆழ்ந்த சிநேகிதம் இருப்பதைப் போல உணர்வு இருந்துகொண்டே இருந்தது. நேரில் சந்திக்க வேண்டும் என்கிற ஆவலோ, முயற்சியோ எனக்கு இல்லை. கடிதம் எழுதக்கூடத் தோணவில்லை. தொலைபேசியிலும்.

அப்போது திடீரென தாராபுரத்தில் கணையாழி வருவது நின்றுபோயிற்று. கணையாழி படிப்பதை நானும்

விட்டுவிட்டேன். என் கதை வெளிவந்தால் மட்டும் எழுத்தாளத் தோழர்கள் யாராவது தெரிவிப்பார்கள். கோவையோ பழனியோ சென்று அந்த இதழ் மட்டும் வாங்கி வருவேன்.

அந்த நாளில் என் அவஸ்தை சொல்ல முடியாதது. எந்தக் கதையாக இருக்கும்..? நிஜத்தில் கணையாழியில் கதை வெளிவந்திருக்கிறதா? போன்ற நிறைய கேள்விகள் எழுந்தபடி இருக்கும். கோபம் வரும். கணையாழிமேல் இல்லை. யுகபாரதி மேல். ஒரு கடிதம் கூடவா எழுதித் தெரிவிக்கக்கூடாது என.

நான் யோசித்தபடி இருந்தேன். ஏன் அந்தக் கோபம் யுகபாரதிமேல் வருகிறது? எதற்காக இவ்வளவு உரிமை எடுத்துக்கொள்கிறேன்? அப்பொழுது அந்தக் கேள்விகளுக்குப் பதில் இல்லை என்றாலும் பின்னால் அந்த உரிமை எடுத்துக்கொள்வதற்கான காரணம் புரிந்தது.

அந்த வருடம் எங்கள் கொங்கு வெளியில் காற்றுக்காலம் முடிந்து மழைக் காலம் வந்திருந்தது. கிளுவை வேலியில் கொடிகள் படர்ந்து பூப்பூக்கத் துவங்கிற்று. கொறங்காட்டு வெளியில் கொழுக்கட்டை புற்கள் அடர்ந்தன. கோடைக்கு வேறு தேசம் போயிருந்த கொக்குகள் திரும்பியிருந்தன. தீக்காற்றில் குளிர் அடர்ந்தது. முகில்கள் மேற்கே போகத் துவங்கின. பருவம், முதல் புயலுக்கான முகாந்திரம் செய்துகொண்டிருந்த வாரத்தில், எழுத்தாளர் பாவண்ணனிடமிருந்து கடிதம் வந்திருந்தது.

எல்லா கடிதமும் போலவே எங்களுக்குள்ளான விசயங்களை எழுதிவிட்டு முடிக்கும்போது இப்படி எழுதியிருந்தார். ‘தங்கள் கதை கணையாழியில் பரிசு பெற்றமைக்கு வாழ்த்துகள்.’

எனக்கு எதுவும் விளங்கவில்லை. குழம்பிப்

போனேன். யாரிடம் கேட்பது? பக்கத்து நகரங்களில் வசிக்கும் எழுத்தாள தோழர்களிடம் தொலைபேசியில் பேசினேன். எவரும் சரியான பதில் தரவில்லை. அன்றிரவு அளவிடமுடியாத ஆத்திரம் எழுந்தது. அடுத்த மாதத்தில் பொழுது தெற்கே சாய ஆரம்பித்திருந்தது. முன் இருட்டுக் காலம் வந்துவிட்டது. நானும் சென்னை வந்துவிட்டேன். ‘கணையாழி வாசகர் வட்ட பரிசு வழங்கும் விழா’ வி.விஜயராகவன் இல்லத்தில் நடந்தது. கூட்டம் துவங்க இருக்கும் தருவாயில் விஜயராகவன் அறிமுகப்படுத்தினார்.

“இவர்தான் யுகபாரதி”

“ஹலோ”

கல்லூரி மாணவன்போல் தோற்றம் கொண்ட ஒருபையன். மெல்லச் சிரிக்கிறான். அந்த முகத்தில் ஒருவித உற்சாகமும், நுண்ணிய தேஜஸூம் ஒளிந்திருப்பது தெரிந்தது. விழா முடிந்து எல்லோரும் போனபின்பு நான் எங்கே போவது என யோசித்துக்கொண்டிருந்தேன். போக்குவரத்து ஊழியர்கள் வேலை நிறுத்தம் செய்திருந்த அந்த நள்ளிரவில் நான் தங்கியிருந்த சொந்தக்காரர் வீடு வெகு தொலைவில் இருந்தது. அப்போது கவிஞர் துறையூர் மணி, அவர் அறைக்கு என்னைக் கூப்பிட்டார்.

எனக்கு யுகபாரதியுடன் பேசவேண்டும் போல் இருந்தது. யுகபாரதியோ என்னைக் கண்டுகொண்டதாகத் தெரியவில்லை. மற்றவர்களோடு பேசிக்கொண்டிருந்தார். அந்த வருஷம் தீபாவளியிலிருந்து எங்கும் ஒலிக்கும் ஒரு பிரபல திரைப்பாடலை எழுதிய கவிஞன் நம்மோடு இந்தளவுக்குத்தான் பேசுவான் என நினைத்தபடி மணியோடு கிளம்பினேன். இருவரும் சாலையில் இறங்கி நடந்தோம். கொஞ்ச தூரம் போனதும் பின்னாலிருந்து ஒரு குரல் வந்தது. பழகிய தொனியில்.. அது யுகபாரதி. மிக எளிமையாக பலநாள் பரிச்சயம் ஆனவர்போல.

என் படைப்புகள் குறித்து மிகத்தெளிவாகப் பேசினார். என்னால் நம்ப முடியவில்லை.

பதிலுக்கு என்னுள்ளும் நெடுநாட்கள் ஒரே அறையில் உடன் வசித்தவன்போலப் பேச முடிந்தது. நடந்தபடியே பேசுகிறோம். திருவான்மியூர் தெருக்களில் நாய்களைத் தவிர எவரும் எதிர்ப்படவேயில்லை. யாவரும் உறங்கிய நகரத்தின் நிசப்தத்தில் எங்கள் உரையாடல் சன்னமாக வெளிப்படுகிறது. அன்றைய சாமத்தில் பனியின் வாசனையை நுகர்ந்தபடியே அப்போது இருவரும் பேசிப் பிரிந்தோம். அன்றிரவு துறையூர் மணியின் அறையில் தங்கினாலும் அடுத்த நாளிலிருந்து யுகபாரதி வீட்டுக்குப் போய்விட்டேன்.

சகோதரன் வீட்டில் இருப்பது போல அந்த வீட்டின் எல்லா மூலைகளிலும் என்னால் கூச்சமில்லாமல் புழங்க முடிந்தது. அதன் பின்பு நான் சென்னை வரும் போதெல்லாம் தங்குவதற்கு எனக்கு ஒருவீடு இருந்தது. எந்த நேரமானாலும், எந்த நண்பர்களோடும் போய் என் சொந்த வீடு போல் தங்கினேன்.

இன்றும் அந்த வீட்டின் படிக்கட்டு ஏறும்போதே ஒருவித நட்பு பூத்துவிடுவதை யாவராலும் உணரமுடிகிறது. ஒவ்வொரு முறை நான் போகும்போதும் கதவுக்கு முன்பு நிறைய செருப்புகள் கிடப்பதை கவனித்திருக்கிறேன். ஆசாரம் போல தோற்றம் கொண்ட முன் அறையில் எல்லாவிதமான கனவு கொண்டவர்களும் சம்மணமிட்டபடி அமர்ந்திருப்பார்கள். உள்ளே எட்டிப் பார்த்தவுடன் மங்கிய வெளிச்சம் கொண்ட அந்த வீட்டின் ஏதாவது ஒரு இடத்திலிருந்து குரல் வரும்.

"வாங்க.. உள்ளே வாங்க"

சிரித்தமுகம் ஒன்று கைகளைப் பற்றி மற்றவர்களுக்கும் நம்மை அறிமுகப்படுத்தும். அதுதான் யுகபாரதி. சென்னையில் கனவைப் பகிர்ந்துகொள்ளும் நண்பர்கள்

கிடைப்பது அரிது. எனக்கு அது யுகபாரதியாய்க் கிடைத்திருப்பது சந்தோஷம். யுகபாரதிக்குள்ளும் ஒரு கனவு இருந்தது. கனமான விஷயங்களைகூட மெலிந்த சொற்களின் மூலம் கவிதையாக்கிக் காட்டியவன் மீசைபாரதி. மெலிந்த விஷயங்களைக்கூட கனமான சொற்கள் மூலம் திரைப்பாடலாக்கிப் பார்க்க நினைத்தவன் இந்த ஆசை பாரதி. இப்போது அது நடந்துகொண்டிருக்கும் காலம்.

ஈரோடு
25.04.2001

ராசா

பேச்சுக்கு இடையிடையே
ராசா என்கிற
சிவத்தம்பி அய்யாவை
நிரம்பப் பிடிக்கும்

ஒருவருக்காவது
ராசாவாயிருப்பதில்
உள்ளூர பெருமை
ஒவ்வொருவருக்கும்

இருபது வருடமாய்
நண்பனாயிருந்தும்
ராஜராஜனை

கட்டையனென்றோ
கதிரேசன்
தம்பியென்றோதான்
கூப்பிடுகிறேன்

பெரிய மனது வேண்டும்
பிறரை ராசாவாக்குவதற்கு.

பேய்வீடு

சாண உருண்டையில்
புல் செருகியதும்
பிள்ளையாராவதைப் போல
ஆளுக்கொன்று அளந்துவிட
ஆரம்பமாயின பேய்க்கதைகள்

அர்த்த ராத்திரியில்
சிரிப்பொலி கேட்பதாக
மிரட்டும் கர்ஜனையில்
கொலுசொலி பூப்பதாக

பன்னிரு கையும்
பார்வை நெருப்பும் கவ்வ
கருகிக் கிடந்தாள்
கன்னி கழியா பெண்ணொருத்தி

கைம்பெண் கர்ப்பஸ்திரி
பேறுகால தீட்டுக்காரியென
பாகுபாடு ஏதுமின்றி
பாடையான சேதியோடு

ஊருக்கு இரண்டொரு
வீட்டிலாவது பதறப்பதற
முன்பு
போயிருப்பதாகப் பேசுவார்கள்
மாமியாரைத் தவிர்த்து

இப்போது
எல்லா வீட்டிலும் தொலைக்காட்சி.

உயிர்மெய்

பின்னங் கழுத்தின்
பச்சை நரம்பில்
தின்னச் சொல்லும்
கன்னக் கதுப்பில்

கொலுசு மறைத்த
கணுக்கால் அழகில்
குங்குமம் இடுகிற
நெற்றிப் பரப்பில்

இடது வலதென
இருபுறம் கனத்து
செருக்கு ததும்பும்
திரண்ட மார்பில்

முகமே மிளிரும்
மூக்கு நுனியில்
புடவை மூடிய
உந்திச் சுழியில்

என்றே உனது
எண்சாண் உடம்பில்
முத்தம் பதிக்க
முந்நூறு இடங்கள்

ஆயினும் என்னால்
வெட்கம் விரவிய
ஒற்றை இதழால்

நினைத்த உடனே
நினைத்த இடத்தில்
எப்படி முடியும்
அத்தனை முத்தம்?

○
திண்ணியத்தில்
தின்ன வைத்தார்கள்
மலத்தை

குமட்டலெடுக்கிறது
ஒருவரிகூட
எழுதவில்லை நான்.

சுடும் விரல்

நீ
பின்னிக்கொண்டிருக்கும்
ஒயர்க்கூடைக்கு
கைப்பிடியாக
ஈரத் துணிகளுக்குக்
கொடிக்கயிறாக

அரிசி களைகையில்
அகப்படும் கல்லாக
அவசரத்திற்கு உதவும்
உண்டியலாக

வெட்கத்தை விட்டுச்
சொல்வதெனில் அந்த
மூன்றாவது நாளின்
மலர்ச்சியாக

ஒவ்வொன்றிலும் நான்
உன்னோடிருக்கிறேன்

ஆனபோதும்
என்னைக் கண்டதும்
சடாரெனக் கதவு சாத்தும்
உன் வீட்டுக் கைவிரல்களில்
எது உன்னுடையது.

அசைவ உணவகம்

முனியாண்டி விலாஸைப்
போன்றதுதான் இந்தியாவும்
எல்லா மாநிலத்திலும்
இதற்குக் கிளைகளுண்டு
பரிமாறுபவர்கள்
முதலமைச்சர்களையும்
கல்லாவில் இருப்பவர்
பிரதமரையும் நினைவூட்டுவர்

அனைத்து வகை
அசைவமும் வீற்றிருக்கும்
அகலமான தட்டுபோல
நாட்டின் வரைபடம்

தவறுதலாக மட்டுமே
தென்படும்
விலைப்பட்டியல்கள்
பட்ஜெட்கள்

முண்டா பனியன் சமையற்காரர்கள்
முக்கிய மந்திரிகளாகவும்
மேஜை துடைப்பவர்
எதிர்க்கட்சியாகவும் நடத்தப்படுவர்

ரசமிழந்த கண்ணாடி
பாராளுமன்றமாகவும்
கையலம்பும் நீராக
ஐந்தாண்டுக் கொள்கையும்
நிரந்தரமானவை

கவுச்சி நிரம்பிய
கடையாயினும்
கல்லா மேசையில்
திருநீறும் குங்குமமும்
மத நல்லிணக்கம்

கொத்து புரோட்டா
குஜராத்தையோ
ரத்தப் பொரியல்
பஞ்சாபையோ ஒத்திருக்கும்

நெளிந்த குவளைகள்
தமிழ்நாடு
தயிர்க் கிண்ணங்கள்
காஷ்மீர்

பணியாளர்களின்
ங்கொம்மாளே எனும்
கெட்டவார்த்தை ஆட்சிமொழி
வைக்கப்படுகிற
பல்குச்சிகள் வாக்குறுதிகள்

முனியாண்டி எவரென்பதும்
இந்தியா எதுவென்பதும்
யாருக்கும் தெரியாது

என்றபோதிலும்
ஏப்பம் விடுபவர்களால்
பெரிதும் விரும்பப்படுவதே
இரண்டுக்குமுள்ள
மேலான ஒற்றுமை.

○
சோகை பிடித்தாலும் பரவாயில்லை
குழந்தைகளைத் திட்டாதே
மண்ணள்ளித் தின்னட்டும்
சொரணை வர.

○
ஆடிக் கிருத்திகை
அமாவாசை விரதமெல்லாம்
பசிபொறுக்கா வயித்துக்கு
பொருந்தவே பொருந்தாது

நாமம் பட்டை
இடும் நெத்தி யாவற்றுக்கும்
நேரமிருக்கிறது நேர்ந்துகொள்ள

பஸ்பிடிக்க ஓடியதில்
பாக்கெட் கிழிசலில்
நழுவித் தொலைந்த
சாமி படத்தை

தேடவும் நினையாது
திரும்புகிறான் இவன்.

காமம்

பொங்கிவிடுமெனப் பதறிப் பதறி
பாலுக்கு முந்தியே
வழிந்துவிடுகிற உன்னை

நெடியேறுமென
நினைத்து நினைத்தே
மிளகாயைவிடவும்
காரமாகிவிடுகிற உன்னை

தகிக்கும் இரவில்
தலையணை வாசமாக
கண் வழியே ஆயுளைக்
கரைப்பவளாக

பல் வரிசைக்கிடையே பாசி மணியாய்
கொறித்துக்கொண்டிருக்கிறாய்
என்னை

பாதநுனியில் பரவுகிற நதியாய்
தாகத்தோடு
மூழ்கடிக்கிறாய்

ரத்த ருசி கண்டவை
பேய்களென்றால்
முத்த ருசி கண்ட
மோகினி நீ

மக்கி மண்ணாய்ப் போக
மனமின்றி உன்னிடம்
சிக்கிச் சீரழிகிறதென்
காமம்.

சொல்வதெனில்

01.
மிகப்பல வருடங்களுக்கு
முன்பாக
மிகமிக மலிவாயிருந்தது
அரசாங்கம்
நாம் உயர்வாயிருந்தோம்

மும்மழை தவறியபோதும்
முப்போகம் மகசூல் உண்டு

வீட்டுக் கொல்லையிலேயே
காய்கனிகள் கிடைத்தன
வீடற்றவர்கள்
மடப்பள்ளிகளிலாவது
தங்கிக்கொண்டனர்

இத்தனை சிரமமானதாக
ஒருநாள் கழியவில்லை

கட்டைவண்டி என்றாலும்
ஓரிடத்திலிருந்து வேறிடம்
பயமின்றிப் போகமுடிந்தது

இன்னும் சொல்வதெனில்
அவ்வப்போதாவது
சிரித்துக்கொண்டிருந்தோம்

02.
எந்தக் குறுநில மன்னனும்
வரிப் பணத்துக்காக
மக்களிடம் கையேந்தி
நிற்கவில்லை

ஒரு கோழையைப் போல
தன் சுமையை
அப்பாவிகள் மீது
தலை மாற்றவில்லை

திடீரென்று அதிகாலைச் செய்தியில்
பொருள்களின் விலைகள்
ஏற்றப்படவில்லை

ஆள்கிறவன் யாரென்றாவது
அறிய முடிந்தது

பினாமிப் பெயர்களில்
சொத்து வைத்திருந்தாலும்
ஆட்சிப் பீடத்தில் அமர்த்தவில்லை
பொம்மைகளை

வெளிப்படையாய்ச் சொல்வதெனில்
அரசனிடம் வாள் இருந்தது
சாட்டையில்லை.

○
வீடு பெருக்குகிறவள்
நகருங்கள் என்பதற்குள்
எழுந்துகொள்ள
மனம் வராத நீதான்
கோஷம் போட்டு
கொடி தூக்குகிறாய்
பெண் விடுதலைக்கு

முதல்

குழந்தைகளோடு நீ
துணியெடுக்க வந்திருந்தாய்
கிழிந்த இதயத்தோடு
திரிந்துகொண்டிருப்பவனை
எங்கேயோ விட்டுவிட்டு

இருக்கிறதா நினைவு?
எனக்காக நீயும்
உனக்காக நானும்
உடுத்திக்கொண்டதை

வெடி மருந்து வீச்சத்தோடு
பலகாரம் ஊட்டியதை

உன் சிரிப்பு மத்தாப்புகளில்
பொறி பொறியாய்
உதிர்ந்ததை
ஏந்தி நின்றவனுக்கு

பிச்சையிடுவதைப் போல
அவ்வப்போது முத்தமிட்டதை

பட்டுப்பாவாடை
கணுக்கால் மறைக்க
மெல்ல உயர்த்தி
கொலுசு சிணுங்கியதை

உனக்கிருக்கிறதோ இல்லையோ
எனக்கிருக்கிறது வைதேகி

கண்மூடி நிற்க
வெடிக்காது போன
ஊசிப் பட்டாசையும்
புஸ்வாணமாய்ப் போன
முதல் காதலையும்

கைதொட்டுத் தூக்கியதும்
கதறத் தொடங்கும்
குழந்தையைப் போன்றது
உன் காதல்

கைதொட்டுத் தூக்கும்வரை
கதறி அடங்கும்
தொலைபேசியைப் போன்றது
என் காதல்

எப்போதும் உயிர்ப்போடு
சிணுங்குகிறது நம் காதல்.

தஞ்சை

வயலுக்குப் போனவர்கள்
வீடு திரும்பும்வரை
திக்திக்கென்று
அடித்துக்கொள்கிறது மனசு

எழவு விழுந்தாலும்
எடுத்துப் போட வழியில்லை

எல்லோரும் பசியாற
படி அளந்த நன்னிலம்
கிழிந்த பையோடு
வரிசையில் நிற்கிறது
இலவச அரிசிக்கு.

○
எனக்குச் சட்டையில்லை
எதிர்வீட்டுப் பையன்போல்

எனக்குப் புத்தகமில்லை
எதிர்வீட்டு பையன்போல்

எனக்குச் சாப்பாடில்லை
எதிர்வீட்டுப் பையன்போல்

எனினும்
உனக்கு அதிகமாயிருக்கிறது
எதிர்வீட்டு அம்மாவைவிட
ஆசை.

○
அந்தத் தெருவின் முடிவில்
பூந்தோட்டமிருக்கிறது
அடுத்த தெருவின் முடிவில்
உன் வீடிருக்கிறது

எந்தத் தெருவுக்குள்
இடம்மாறி நுழைந்தாலும்
மனசு நிரம்ப பறித்துத் திரும்பலாம்
பூக்களை.

பட்டியல்

நீ
யாருடைய பட்டியலிலும்
இடம்பெறாதவன் மட்டுமல்ல
பட்டியல் போடுகிறவனின்
பார்வையை
வேண்டுமென்றே தவிர்ப்பவன்
என்றுகூடச் சொல்லலாம்

பட்டியல்
தயாரிப்பவனின் நோக்கம்
இன்னொருவனின் பட்டியலில்
இடம் பிடிப்பதற்கென்பதை
தெரிந்து வைத்திருக்கிறாய்

எனவே
எளிதாய் கவிஞனாகும்
சாமர்த்தியத்தைத் தொலைத்துவிட்டவன்
ஆளுக்கொரு பட்டியல் வீதம்
தத்தமக்கு உரியவரை
பரிந்துரைக்கிறார்கள்

யாருக்குரியவன் நீ என்பதை
உணர்ந்தவர்கள்
பட்டியல் தயாரிப்பை
விரும்பாதவர்கள்

நம்பிக்கையூட்டும் பட்டியலில்
நீ இல்லையென
வருந்தத் தேவையில்லை

எனில்
இங்கிருக்கும் யாதொரு
பட்டியலும்
நம்பிக்கைக்குரியதல்ல.

இன்னொரு

துருவேறி இரும்பாய்த்
தோன்றுமுன் இதயத்தை
காயலாங் கடையில்
எடைக்குப் போட்டுவிடு

பிடிவாதமான
பேரத்திற்குப் பிறகு
கிடைக்கும் ரூபாயில்
வாங்கியனுப்பு
எனக்கான விஷத்தை

சில்லறையைவிடவும்
மொத்தமாய்ச் செத்துப் போதல்
எல்லோருக்கும் லாபம்

கம்மலில்லாத கறுத்த பெண்ணின்
காது துவாரத்து ஈர்க்குச்சி போல

நீயிருக்க வேண்டிய
இடத்தில் இன்னொன்று
நீ கொடுக்கத் தவறிய
இன்பத்தை இன்னொருத்தி

நினைக்கவே கூச்சமாயிருக்க
நீயேன்
சக்களத்திகளை
உருவாக்குவதிலேயே
குறியாயிருக்கிறாய்?

துயர்

கற்பழிக்க வந்தோரிடம்
பறிபோகாது
கற்கோயிலில் சிறைபுகுந்த
தெய்வக் கதைகளை

தேவதாசிகளின்
குளிர்நிறைந்த ராத்திரிகளை
குளத்தில் கரைத்த
நகக்குறிகளை

ஈரேழு கடல்மீறி
எங்கேயோ வாழ்ந்தவளை
ஆறாவது தலைமுறையில்
அபகரிக்கத் துடித்தவனை

கடையாணி கழன்ற
சாரட் வண்டிகளில்
கதறக் கதற
பெண்ணாசை தீர்த்தவனை

மற்றவர் சொல்லிட
கேட்கும்போதெல்லாம்
குற்றமென்றுதான்
சபித்திருக்கிறேன்.

அச்சம் தோய்ந்த முகத்தோடு
பிரசவத்துக்கு வந்திருக்கும்
உன் சகோதரியிடம்
எப்போதேனும் பேசியிருக்கிறாயா
இடைவிடாத எனது
தொந்தரவுகளை?

தெப்பக்கட்டை

வண்டியச்சுக் கோத்த மரம், கிணற்றடியில் வைத்துக் கட்டப்படும் மரச்சட்டம், ஏற்ற மரத்தில் நீர்ச்சாலைகட்ட உதவும் மரக்கட்டை, மிதவை.

01.
கொலு வைத்துக் கொண்டாட
நவராத்திரி
கொட்டக் கொட்ட
விழித்திருக்க சிவராத்திரி

ஏதுவான பூசை
எதுவென்று
அறியாதவர்களை
ஆதரிப்பாளா மாரியம்மா

திரவியம் தராவிட்டாலும்
பரவாயில்லை
தின்பதற்குச் சோறாவது

கொடுக்காத தெய்வத்தை
குறைசொல்லிப் பலனில்லை
பிய்த்துக் கொடுப்பதற்கு
நமக்கெங்கேயிருக்கிறது
கூரை?

02.
குதிகால் மணல் புதைய
நீரற்றுப் போயின
குளங்கள்

சிரித்த தாமரைகள்
செத்துவிட்டன
நின்றிருந்த தெப்பங்கள்
நொண்டியாயின

நீரின்றி அமையாத
உலகத்தை
நினைப்பதில்லை
புவியரசி

தெப்பங்கள் வெறும்
கட்டைகளாயின
தெய்வங்கள் கருங்
கற்களாயின

காசு கொழிக்கிற
திருப்பதியே சக்திமிக்கது

பங்கிட்டுத் தராத பரதேசிகளுக்கு
வெங்கட்டு என்ன
வெங்காய மென்ன

இல்லாதவற்றுக்குக்
கட்டுகிறான் கோபுரம்
இருப்பதற்கில்லை
ஒரு வீடு

கடவுளேயானாலும்
காசு வேண்டும்
கூட்டம் சேர

03.
ஐயாற்றுக் கரையில்தான்
அவதரித்தது சங்கீதம்

நெளிந்து வளைந்த
நிர்மல பெண்டுகளின்
அழகு ரசிக்க
நாங்களும் போவோம்
கச்சேரிக்கு

ஆறு வறண்டாலும் நிற்பதில்லை
இசை வெள்ளம்

எழவு வீட்டில் குந்தி
குரல் குழைய
எது பாடினாலும்
ஒப்பாரிதான்

செத்தால் துடிப்பது
தமிழ்ப்பாட்டு
செத்துப் போக படிப்பது
இசைப்பாட்டு

உற்சவ மூர்த்திக்கு
பட்டாடை
அதே காவிரியில்
மிதக்கின்றன சவங்களும்

ஆற்றுக்குக் கருமாதி
நட்டாற்றில் உழவு
பதினெட்டாம் பெருக்கை
படையலிடு
தேநீர்க் கோப்பையில்

04.
எழுதுக தோழி
எதுவானாலும்
மறைத்து வைக்க
மார்பில்லை எழுத்து

குழலூதும் கண்ணனை
ஆண்டாள் விரும்பியது
பாட்டுக்காக அல்ல
உதட்டுக்காக

உடம்பை அறிவி
பேணி உடுத்துதற்கு
கற்பொன்றும் உடையில்லை

பருவ மாற்றத்தைப் பறைசாற்று
தைரியமிருந்தால்
கொச்சையாகவும்

தெருவெங்கும் விளம்பரங்கள்
ஆணுறைக்கு

நீயேன் மறைக்கிறாய்
தீட்டுத் துணியை

யாருக்காவது மனைவியாகலாம்
எல்லாருக்காகவும்
எழுத முடியாது

05.
அடித்துப் போடு
ஆடோ கோழியோ

காரநெடியேற
புசித்தால்தான் உணவு
கொல்வது பாவமென்றால்
செடிகளுக்கும் உயிருண்டு

அலகால் இரைதேடும்
பிராணி யாவும் உடம்புக்கு ஏது
காலால் கவ்விப் பறப்பன
பெருங்கேடு

பழக்கமே இல்லையாயின்
உணவோ உறவோ
விட்டுவிடு
திணிக்காதே

06.
பெரிதினும் பெரிது
ஒருவரை
சிரிக்க வைப்பது

சிரிக்காத பெண்ணும்
செழிக்காத மண்ணும்
லட்சணமற்றவை

சிரமப்பட்டாவது
சிரிக்கவேண்டும்
நரி சிரிக்காது

நிலைப்படியில்
கண்ணைப்பார் சிரி
முடியாத பட்சத்தில்
நாட்டைப் பார்
வந்துவிடும் சிரிப்பு.

உறவு

உனக்கும் எனக்குமான
உறவை
பெருந்திணை என்கிறது
இலக்கியம்
ப்ரியம் என்கிறாள் சுமி

கணவனில்லாத நேரத்தில்
உன் வீட்டில் நானிருப்பதை
கள்ளம் என்கிறது தெரு
கருணை என்கிறான்
முத்துபாண்டி

சாதம் பரிமாறுகையில்
நழுவுகிற முந்தியை
செலவுப்பெட்டி எடுக்கையில்
திமிருகிற இடையை என
எதையாவது
பார்த்துத் தொலைக்கின்றன
எனது கண்கள்

எனக்குள் நீ
என்னவாக இருக்கிறாயோ

உதடுகளுக்கோ உனது பெயர்
உடன்பிறவா சகோதரி.

பாம்புப் புராணம்

மோடி மஸ்தானின்
மகுடி இரைச்சலுக்கு
மதங்கொண்டு நெளிகின்றன
பாம்புகள்

நஞ்சுள்ள தொண்டை
வைரம் கக்குமெனும் புரளி
தொடர்கிறது சங்கிலிபோல

படமெடுப்பதும்
சட்டையுரிப்பதும்
அவற்றின் இயல்பெனினும்
சமீப காலங்களில்
பழகி வருகின்றன
கற்பழிக்கவும் ஆட்சி நடத்தவும்

இருக்குமிடங்களில்
சௌக்கியம் பெறும்
பாம்புகள் யாரையுமே
இருக்க விடுவதில்லை
நிம்மதியாக

திருமாலின் படுக்கை
சிவபெருமானின் கழுத்து
கந்தவேலின் காலடி
கணேசனின் இடுப்பென
தங்குகின்றன எங்கேயாவது

பாம்பைக் கண்டு
தடியெடுத்தது போக
தடியெடுத்து வருகின்றன
காவிநிறப் பாம்புகள்

புழுவுண்டு வாழும்
பாம்புகள் தொடங்கின
மனிதனையும் புசிக்க

நீயும் நானும்
வணங்கித் தொலைக்கிறோம்
நாகத்தை நல்லதென்று

பாறையில் எது முதல் துகள்
பாம்புகளில் எது நல்லது.

பெயர்

கறிவடகம் போட
வெங்காயம் உரித்து
கட்டைவிரல் நகம்
குட்டையானது

வேப்பம்பூ உதிரும் முன்வாசல்
பெருக்கிநிமிர
விலா நொறுங்கும்

அலுமினியக் குவளையில்
ஊறவைத்த அழுக்குத்துணி
துவைத்துத் துவள
தோலுரியும் உள்ளங்கை

இடுங்கிய கண்கள்
அடுப்புப் புகையில்
வெளியேறியபோதும்

பாத்திரம் கழுவுகையில்
தட்டுப்படும் பெயர்
வசந்தகுமாரியென்று.

கனவு
1976 - 2004

எட்டாவது முறையாக
கிழிந்து போன
உள்ளாடையை உடனே
புதுப்பிக்க வேண்டும்

கயிற்றால் முடியப்பட்ட
தாத்தையாவின் கண்ணாடிக்கு
புது ஃபிரேம் போடுதல்
மிகமிக அவசியம்

தெருமுக்கில்
தவறாது சந்திக்கும்
ஜெசி முருகன் காதல்
கைகூடினால் நலம்

அழுக்குத் தேமலுக்கு
பால்வினை மருந்துதந்த
போலி மருத்துவரை
இனிமேல் திட்டக்கூடாது

ரெத்த வாந்தியெடுத்து
மரித்த சுசீலாவை
அடித்தது பேயல்ல
வடக்குத்தெரு பூசாரியென்று
கூவவேண்டும்

எறும்பு கடித்து
வீங்கிய மர்மத்தை
கண்டலறிய நள்ளிரவை
மறப்பது முக்கியம்

தூக்கிட்டுக் கொள்வதைத் தவிர்க்க
நடிகை வீடுகளில்
மின்விசிறி கொக்கிகளை
நீக்கவேண்டும் முற்றாக

மாலைபோடா நாளிலும்
குடிக்காத அப்பாவைப்போல
எழுதிவிட வேண்டும்
ஒரேஒரு நல்ல
கவிதையாவது.

ரத்தக் கிணறு

இரக்கமேயில்லாத
இந்த நிமிடத்தில்
மேலும் சிலர் படுகொலையும்
எதிர்த்துத் தாக்க இயலாதவர்கள்
சரணடைந்தும் இருப்பார்கள்
வேறு வழியின்றி

பதுங்கு குழிகளில்
மிரண்ட விழிகளோடு
முதியவர்கள் நெஞ்சுவலி ஏவ
மயங்கிக் கிடப்பார்கள்

எண்ணெய் வயல்களில்
அமிலம் பூத்திருக்கும்
கண்ணீராலும் ரத்தத்தாலும்
நிரம்பி வழிந்திருக்கும்
பெட்ரோல் கிணறுகள்

கட்டடங்கள் இடிந்ததாலும்
கன்னிப்பெண்கள் கதறலாலும்
ஆண்டவன் கோடிமுறையாவது
சபிக்கப்பட்டிருப்பான்

சில நூற்றாண்டுகளுக்குத் தேவையான
கொடூர சோகத்தை
பொம்மைகளைப் போல் குழந்தைகள்
சேகரித்துக்கொண்டிருக்கும்

ஏதேனுமொரு
காட்டிலிருந்து கொண்டு
உயர்ந்த கோபுரங்களுக்கு
குறிவைப்பான் தாடிக்காரன்

இதே நிமிடத்தில்
ஆதிக்க நாட்டிலிருந்தும்
சிலர்
அழுதுகொண்டிருப்பார்கள்
நம்மைப்போல.

ஊர்

இன்றைக்காவது
கிளம்பலாம் என நினைத்து
முடியாமல் போனது

ஊருக்குப்
புறப்படுவதைவிடவும்
முக்கியமாகிவிட்டது கவிதை

அவஸ்தைதான்
சம்பாத்தியம் மட்டுமில்லை
அடையாளமாகவும்

கம்பீரமாயிருக்கிறது
எழுதிப்பெறுகிற கூலியில்
சட்டை தைத்துப் போட்டால்

முகமறியாதவர்களும்
நலமா என்கிறார்கள்
புதுத்தாள் மாற்றி
தேநீர் தருகிறான் கடைக்காரன்

எடுப்புச் சாப்பாடு
கிடைக்கிறது தம்பிக்கு
அலறும் தொலைபேசியில்
அன்போடு பேசுகிறார்கள்
யாராவது

வெள்ளந்தியான அம்மாவை
வெளீர் சிரிப்போடு
எடுக்க முடிந்தது
ஒரு புகைப்படமாவது

எழுத்து தரித்திரமில்லை
அட்டணக் காலிட்டு
விவாதிக்கிறார் அப்பா

பழக்கமில்லாத தெருவில்
தேய்ந்துபோன ஒலிநாடாவில்
கேட்கிறது என் பாடலும்
என்னுடையதாகிவிடுகின்றன
எல்லா ஊரும்.

வரப்போகிறவள்

1.
வரப்போகிற மனைவிக்கு
காதலின்றிப் போகுமோவென
எந்தப் பெண்ணிடமும்
சொன்னதேயில்லை
எனது காதலை

காதலித்தவளே
மனைவியாகவும் கூடும்தான்
எனினும்
மனைவியாகும் வரை
செலவழியும் காதலை
எங்கிருந்து சேகரிப்பது?

மேலும்
தெரிந்த ஊருக்குள்
நுழைவதைவிடவும்
மிகமிக சுவாரஸ்யமானது
தெரியாத ஊருக்குள்
பிரவேசிப்பதுதான்

2.
வரப்போகிறவளுக்குப் பிடிக்காததாக
கவிதை இருக்குமெனில்
கவிதையைக் கைவிடலாம்

அவளே
கவிதையாகும் பட்சத்தில்

உண்மையில்
கவிதையை மனைவிக்குப்பிடிக்கும்
மனைவியைத்தான்
கவிதைக்குப் பிடிப்பதில்லை

3.
இப்போதிருந்தே
அம்மாவை மறுக்கவும்
நண்பர்களை வெறுக்கவும்
பழகிவருகிறேன்
இறுதிவரை எனக்காக
அழப் போகிறவளுக்காக

அவளால் மாறினேன்
என்பதைக் காட்டிலும்
அவளுக்காக மாறுவது
காதலல்லாமல் வேறென்ன.

◯
தனது மூணாவது காதலனோடு
குடும்பம் நடத்துகிற புஷ்பலதாவுக்கு
எந்தக் கவலையுமில்லை
மடிப்பு விழுந்த
இடையைப் பற்றி.

நெருக்கம்

ஆகவே என்
பிராமணத் தோழனே

இதயமிருக்கிறதா எனப்
பார்ப்பதற்கு முன்பாக
நூலிருக்கிறதா எனத்
துருவிய கண்களை
மன்னிப்பாயாக

பேசுவது
ஒரே மொழியாயினும்
உனது உச்சரிப்பை
கேலிசெய்த
துவேஷத்தைத் தவிர்த்துவிடு

எனக்காக நீ
அழுத நிமிடங்கள்
உறைந்து கிடக்கின்றன
மனசுக்குள்

நீ இனாமாய்க் கொடுத்த
உடுப்புகள்தான்
மறைத்துக் கொண்டிருக்கின்றன
என் மானத்தை

அசூயையின்றி
எனது தட்டிலிருந்த
அசைவத் துண்டுகளை
சுவைத்தது உனது நாக்கு

அண்ணனென்றே
உன்னையும் அழைக்கும்
என் தங்கைக்கு
ஜடை பின்னி விடுகிறாள்
உன் மனைவி

இணக்கம் ததும்பும் உறவறியாமல்
போயே போனார்கள்
நமது அப்பாக்கள்.

○
பருக்களுடைய முகத்தைப்
பார்க்கும்போதெல்லாம்
தொலைந்து போன ரவிக்கைகள்
வருகின்றன ஞாபகத்தில்.

○
நினைத்தவள்
வராது போன நிமிடங்களில்
நினைக்கப்படுகிறார்கள்
ஜமுனா, அபிதா,
சசி, சுசீலா.

○
பெண்ணிருக்கும் வீடுகளில்
ஜன்னலின்
அவசியம் குறித்துப் பேச
கூச்சமாயிருக்கிறது

○
சிலுப்பிக் கெடக்கும்
பரட்டைத் தலை

மூளை சிதறியதால்
யாரிடமிருந்தோ
இனாமாய்ப் பெறப்பட்ட
கல் சிலேட்டு

சத்துணவுத் தட்டோடு
பாடப் புஸ்தகம்

இன்றளவும்
தேடிக்கொண்டுதான்
இருக்கிறேன்

என் டவுசர் கிழிசலை
கிண்டல்செய்த
கிருஷ்ணசாமியை.

கையெழுத்து

எனது கையெழுத்து
என்ன தரப்போகிறது
உனக்கு

பதற்றமும் பிரியமும்
பரவும் நெரிசலிடையே
நீளும்
உனது குறிப்பேட்டில்
எதைக் கக்குவது

எனது புகழையா
எனது திமிரையா

மேடையேறியது முதல்
உனது அழகுகளை
உனது அவயங்களை
கொடூரப் பசியோடு
குடித்தவனிடமா

ஒரு வஞ்சகனிடம்
ஒரு பொய்யனிடம்
ஒரு துரோகியிடம்
பெறுவதைக் காட்டிலும்
கேவலமானது
பிரபலமானவனின் கையெழுத்து

அறிவாயா நீ
சிநேக மையத்தில்
விரியும் வக்கிரத்தை

பாதுகாப்பதற்கு
எதுவுமில்லாதவளே
பாவத்துக்குரியவளே

குழந்தைத்தனமான
உனது கைகளைவிடவா
கௌரவமானது
எனது கையெழுத்து.

O
பொன்னாடையோடு
போர்த்திய பொய்களையும்
பொத்தி வைக்க
முடியாத பெருமைகளையும்
அடகு வைத்தால் கிடைக்குமா
அரைக்கிலோ அரிசி.

O
காட்டுக் கருவை அடர்ந்திருந்த
தோப்பு வீட்டில்
மண்டிக் கிடக்கிறது
நெய்வேலி காட்டாமினுக்கு

பின்வாசல் கிளுக்கை மறைவில்
குளித்து முடிக்கிறாள்
புது மனைவி.

கொடி

01.
கோடானு கோடி
கொடியுண்டு பூமியில்

கொடி நாட்டுதல்
குலப்பெருமை
குடிகெடுத்த மகராசரும்
கூறித் திரிவர்
கொடியின் புகழ்

அத்துப் போகாத
இரத்த சொந்தமென்பது
அம்மை கொடுத்த
ஆதிக்கொடியால் நேர்ந்தது

கத்தரித்தாலும்
தனியாகாத
பற்றோடு பறக்கும்

கொடியை வணங்குவர்
நாள் வைத்து எனதாசை
கொடியோடு வாழ்வது.

02.
முல்லை அவரை
பூசணி வெள்ளரி
கொடியில் காய்ப்பன
குதர்க்கமற்றவை

கொடிக்காக
தேர் கொடுத்த மரபை
குறித்து வைத்திருக்கிறது
ஏடு

ஏற்றுவதோ இறக்குவதோ
கொடிகளால்
தொடங்குகிறது சடங்கு

பாண்டிய நாட்டு
மதிற்சுவரில் ஆடிய கொடி
அபாயமுரைத்தது
கண்ணகிக்கு

கொடியற்றுப் போதல்
துக்கம்
விடுதலைக் கொடிகள்
விவரணைகள்

அடிதொட்ட காலம் முதல்
முடியாத குடியுரிமை
கொடியோடு விளைவது

கொடியைக் குத்தக்கூடாது
நடவேண்டும்
குத்துதல் இழுக்கு
நடுதல் இலக்கு.

03.
புலிக்கொடி பறந்த மண்ணை
பலி கொடுத்தாயிற்று
தனிக்கொடி கேட்பது
தகராறன்று, தாகம்.

கொடியடுப்பில் கறி சமைத்து
வீடு வீடாய் பரிமாறி
இடுப்பொடிந்த சேதிகள்
இன்பம்

குடையின் கீழ்
வசிப்பதைவிடவும்
கொடியின் கீழ்
இருப்பது செருக்கு

கொடியைக் காத்தல்
குமரரின் பொறுப்பு

வேண்டுமொரு கொடி பறப்பதற்கு
ஆளாய் பறந்தாலும்
ஆளப் பறப்பதில் தவறில்லை.

04.
கொடிகளை வெறும்
கயிறென்பது குற்றம்

அலசும் துணிகளின்
ஆதரவை
உலர்ந்த பிறகும்
உணரலாம்

அன்னை என்ற
ஆதிக்கொடிக்கு
அடிப்படையாவது
தாலிக்கொடி

தாலியை வைத்தும்
வட்டிக்கு வாங்கலாம்
வட்டிக்காசு
தாலியறுக்கலாம்

எதற்கும் உதவும்
கொடியெனப்படுவது
மாறும்போது தடியாகும்
மாற்றும்போது விடிவாகும்.

உடையின்றிப் போனாலும்
மானமுண்டு
கொடியின்றிப் போதல்
ஈனம்

05.
ஒரு கொடி
இன்னொரு கொடியை
பழிப்பது அரசியலில்

நெய்தவனின்
கண்ணீருக்கும்
நெகிழாது

கஞ்சித் தொட்டி
கருணையென்றால்
கலவரம் கேட்கும்
பிரியாணி

வண்ணக்கொடிகள்
வகைக்கொன்றாக

சாதிக் கொடிகள் ஓட்டுக்கு
சர்க்கார் கொடிகள் கூட்டுக்கு

அன்னக் கொடிகள்
கிழிந்து போனபின்
அத்தனை கொடியும்
அம்மணக் கொடிகள்

06.
கறுப்பு முறைத்தது
காவிக் கொடியை
காரணத்தோடு
சிவப்பும் சிரித்தது

கரணம் தப்பிட
மரணமென்பதால்
வருண பேதமை
வம்புக்கிழுத்தது

ஒன்று இரண்டென
பிச்சை கேட்டு
ஒட்டும் உறவால்
ஜெயித்த பிறகு

கொடிகள் தமக்குள்
பேசித் திரியும்
ஆட்சியமைப்பது உறுதி

எக்கொடியாயினும்
இறக்குதல் எளிது

காற்றடிக்கும் திசையில்
பறக்கும் கொடிகள்
கொள்கையற்றவை

மூல வண்ணம் நான்குதான்
மூலைக்கொன்றாய்
பறந்த போதும்

07.
குண்டு துளைக்காத
ஆடை தரித்து
கொடியை வணங்கும்
வீரத்தை

மெச்சி எழுத மனமின்றி
மெலிந்து போவாள்
கலைமகள்

அணுகுண்டு வெடிப்பது
ஒருபக்கம்
அழிவுண்டு துடிப்பது
மறுபக்கம்

பட்டொளி வீசிப்
பறக்கிறது மணிக்கொடி.

பதினாறு

நுகரத் துடித்த மூச்சு
நகர மறுத்தது உன்னிடமிருந்து

காம்புகளே வேர்களாயின
கதைபேச நினைத்துவந்து
கவிதையோடு
திரும்புகிறது காலம்

எண்ணெய்ப் பிசுக்கோடு
இன்னுமிருக்கிறது
நமது
பள்ளிக்கூடச் சுவர்கள்

மழைக்கும் பனிக்கும்
காரை பெயர்ந்து
ஒழுகும் கூரை

கொட்டும் உணர்வுகளைச்
சுமந்து திரிகிறோம்
நீயும் நானும்

என் புத்தகத்தில் நீயோ
உன் புத்தகத்தில் நானோ
பரிமாறிக்கொண்டதில்லை
பருவத்தை

பரிசு கொடுக்க
வசதி இல்லாததாலேயே
தரவேண்டியதாயிற்று
முத்தத்தை.

○
நிலவு காட்டி
சோறூட்டும் தாயை
இடையில் இருத்திக்கொண்டு
உன் முகத்தை
நிலவென்றது சிநேகம்
பசிபொறுக்கா பதினாறு.

○
கோதுமைக் குதிரையென
அவளை உருவகித்தேன்
பாதிப் பார்வையில்
என்
இருதய சாலையெங்கும்
குளம்படிச் சத்தம்.

○
மாமிசக் கவிதைபோல்
மற்றொருத்தி
மாளாத காதலால்
மருந்துண்டு மரித்தாள்

தேவதைகளின் நெற்றியில்
திருநீறு பூசுகிறது
இயலாமை.

◯
பிரியத்தைவிட
பிணக்குற்றுப் பிரிதல்
கொடுமை

சந்திக்க நேர்கையில்
அழக்கூட தோணாமல்
அவரவர் குழந்தைகளை
பொய்யாய்க் கொஞ்சிட

தண்டனைகளுக்கு
அப்பாற்பட்ட தவறுகளைச்
செய்திருக்கிறேன் நானும்

ஆட்டச் சொன்னாய் தொட்டிலை
குழந்தையிடம் கிள்ளினேன்
உன் மீதுள்ள கோபத்தை.

◯
ஒருமுறை
நீ கொடுத்த நெல்லிக்கனி
நீர்பருகும் ஒவ்வொரு முறையும்
இனிக்க
மீண்டும் நடந்து வருகிறார்கள்
அதியமானும் அவ்வையும்.

◯
அரைத்த வெந்தயத்தை
தேய்த்துக் குளித்தும்
தணியவில்லை சூடு

செக்கச் சிவந்த
கண்ணிலிருந்து
வழிகிற ஏக்கம்
பிடித்தாட்டுகிறது
காட்டேரி போல

விதிர்விதிர்த்து
கழிகிறது நள்ளிரவு

குளத்தில் வீச
குவித்த கற்களால்
குறிவைத்துத் தாக்குகிறேன்
தானாய்த் தேயும் நிலவை.

எழுதப்படாமல் விடுபட்ட
எல்லா நாட்குறிப்பின் பக்கங்களுக்கும்

தனியாய் நடந்து வந்த
என் தேவதையின் சுவடுகளை
மிதித்துவிடாத ஜாக்கிரதையோடு

அந்நியர்கள் உள்ளே வரலாம்

2007

காற்று.. பூ.. நீ..
அபிவை சரவணன்

கட்டை விரலையும், ஆட்காட்டி விரலையும் சிறிய இடைவெளியுடன் ஒன்று குவித்து நகர்கிறேன். வண்ணத்துப்பூச்சி செடியாய் மாறி மாறி கண்ணாமூச்சுக் காட்டுகிறது. அதோ, அந்த தும்பைச் செடியில் உட்கார்ந்திருக்கிறது. பய்யப் பய்ய மிக மெதுவாக நடந்து விரல் குவித்து ச்சேச்.. விரலில் சிறகு உரசிப் போயிற்று. சற்று, அயர்வோடு நாலாபுறமும் பார்க்கிறேன். காணவில்லை மனுஷ வாடைக்கு பயந்து எந்த மடிதேடி போனதோ? சிறகு உரசிய விரல் பார்க்கிறேன். வர்ணக் கீற்றலோடு ரேகைகள் மிணுங்குகின்றன. காதலும் வண்ணத்துப்பூச்சிதான் இலையாக இருப்பின் உன்னிடமே உட்கார்ந்திருந்திடும். விரலாக இருந்தால் ஞாபக வர்ணத்தைப் பரிசளித்துவிட்டுப் பறந்து போய்விடும்.

அவளுக்காக நீ காத்திருக்கும் அல்லது காத்திருந்த தருணங்களில் என்னென்ன செய்துகொண்டிருந்தாய். இன்னும் இவளைக் காணமே என்ற வெறுப்பில் தரை உதைக்கிறாயா?

பூங்காவின் புற்களை மென்றுகொண்டே அசையும் மரக்கிளைகளைப் பார்த்திருக்கிறாயா? புத்தகம் படிப்பதாக பாவித்துக் குனிந்தால் எந்தக் காலடி சப்தம் கேட்டாலும் நிமிர்ந்து பார்த்து ஏமாந்திருக்கிறாயா? காத்திருந்த நேரத்தில் வரும் பிச்சைக்காரனுக்கு ரூபாய்

நோட்டு போட்டிருக்கிறாயா? உன்னைக் கடந்து போகும் குழந்தைகளை வலிய அழைத்து கன்னத்தில் எச்சில் படுத்தியிருக்கிறாயா?

அவள் தூரத்தில் வரும்போதே.. முகத்தை இறுக்கமாக்கி வேறுபுறம் தலைத்திரும்பிக் கொள்ளும் பொய்க் கோப நிமிடங்கள் நிகழ்ந்ததுண்டா?

எந்நேரமும் அவள் பின்புறமிருந்து கண்பொத்தலாம் என்பதற்காகவே நாலாபுறமும் பார்த்தபடியே அவஸ்தைப்பட்டிருக்கிறாயா? இதெல்லாம் வண்ணத்துப்பூச்சியின் சந்தோஷ விளையாட்டு.

காதலில் நன்றிக்குரியவை எவை.. எவை? தோராயமாக யோசித்துப் பார்க்கலாம். அவள் கடிதத்தை வாங்கி வைத்து என்னிடம் கொடுக்கும் தையல் கடைக்காரனின் தையல் மிஷின். அவள் பின்னே அலைந்த தொடக்க காலங்களில் அவள் சினிமாவுக்குச் சென்றால் நானும் செல்ல பணம் கொடுக்கும் டீக்கடைக்காரனின் பாய்லர்

அதிகம் வளர்ந்த என்முடியை அவள் உதடு பிதுக்கி அசிங்கம் என சைகையால் சொன்னபோது.. முடி வெட்டி அழகு(?)படுத்திய நாவிதரின் கத்தரிக்கோல். அவளுக்கும் சேர்த்து இரண்டு டிக்கட் கொடுத்த பேருந்து நடத்துனரின் விரல்கள்.

முன்னிரவு குடிக்க வைத்து அவளிடம் திட்டு வாங்க வைத்த நண்பனின் இரண்டு நூறு ரூபாய்த் தாள். இப்படி ஜன்னல் வழியே மெலிதாக அடிக்கும் சாரலின் சுகத்தை காதலுக்கு வழங்கிய தையல் மெஷின், பாய்லர், கத்திரிக்கோல், ரூபாய் நோட்டு, இவைதான் வண்ணத்துப்பூச்சிக்கு வர்ணம் தீட்டிய தூரிகைகள்.

பையின் உள்ளே இருக்கும் உலர்ந்த ரோஜாவை, உடைந்த வளையல் துண்டுகளை, எம்பிராய்டரிப் பூ சுமந்த கர்ச்சீப்பை, நீள தலைமுடிச்சுருளை

காகிதத்துள் மடிக்கப்பட்டிருக்கும், சூட்கேஸினுள் பத்திரப்படுத்தியிருக்கும் பயணச் சீட்டுகளை, பர்ஸினுள் பத்திரமாயிருக்கும் ஸ்டிக்கர் பொட்டுகளை, உன் மனைவியானபின் அவளிடம் காட்டு.. சந்தோஷ அலை அடித்து கண்களில் வழிய உன் மார்பணைத்துத் தலை கோதுவாள்.

வண்ணத்துப்பூச்சி வேகமாகப் பறந்து இலை மடியில் நிரந்தரமாக உட்காரும். பாரதி.. நீ இலையெனத் தெரியும். எனக்குச் சொல் பாவி.. யாரந்த வண்ணத்துப்பூச்சி, சொல்லாமல் மறைத்துவிட்டாயே.. ஒருவேளை சிறகு உரசி விரலெங்கும் வர்ணக் கீற்றலா? அந்த அனுபவம்தான் இந்தக் கவிதைகளா?

காதலைப் பற்றி எவ்வளவு காலம்தான் வாய் வலிக்காமல் இந்தக் கவிதை உதடுகள் பேசிக்கொண்டே இருக்கும்? காதலை மையப்படுத்தித்தான் எத்தனை தொகுப்புகள்.

பாரதி நீயுமா? என்ற யோசிப்போடுதான் கவிதைகளைப் படித்தேன். மெழுகுவர்த்தியின் மஞ்சள் வெளிச்சத்தில் காதலியின் முகம் பார்க்கப் பிடிக்காதவன் எவனுண்டு? அப்படித்தான் இவன் கவிதைகளும் காதலும்.

நானும் நீங்களும் இருதயம் துடிக்க வியர்வை சுரக்க கனவுகள் வழிய காதலின் வாசலில் உட்கார்ந்திருந்த ஞாபகங்களை.. எதார்த்தங்களை.. காற்றில் படபடத்துக்கொண்டிருக்கும் இந்தப் புத்தகத்தின் பக்கங்கள் சப்தமாகச் சொல்கின்றன. படித்துவிட்டு மெல்ல இரவு விளக்கில் பிடித்த பாடலை குறைந்த சப்தத்தில் கேட்படி கண் மூடுங்கள், அவள் வருவாள். பேசுவாள், வண்ணத்துப்பூச்சியாய் மாறி வர்ணம் பூசிச் செல்வாள்.

பாரதி ஞாபகம் இருக்கிறதா? என்னிடம் காதலைப் பற்றிப் பேசியதே இல்லை. காதலின் மென்மையான

அதிர்வுகள்.. புரியவே புரியாத இவன் பாவம் என நினைத்திருக்கிறேன், சொன்னதில்லை உன்னிடம். ராட்சஷன்.. மனசுக்குள் பொத்திப் பொத்தி வைத்து இப்போது மொத்தமாகப் பூத்துவிட்டாய்.

பூத்த பூ காற்றில் அசைகிறது. ஒரு வண்ணத்துப்பூச்சி அதன்மேல் அமர்ந்து சிறகசைக்கிறது. விரல் குவித்து மெதுவாக மிக மெதுவாக..

கோடம்பாக்கம்
சென்னை - 24
12.11.2007

01.
நீ உன் முந்தானையால்
தலை துவட்டி விடுவாய்
என்பதற்காகவே
குடை மறந்து வந்த மழை நாளில்

ஜீன்சும் டிஷர்ட்டுமாய்
நின்றிருந்த உன்னை
என்ன சொல்லித் திட்டுவது?

சின்னச் சின்னதாய்ச்
சொல்லும்
பொய்களையெல்லாம்
எப்படியோ கண்டுபிடித்துவிடுகிறாய்

அப்போதும்
பொய் சொல்வதில்கூட தென்படாத
என் புத்திசாலித்தனத்தின் மீதுதான்
உன் கோபமெல்லாம்.

02.
தந்திக் கம்பத்தில்
உட்கார்ந்திருக்கும் காகம்
கரைந்து கொண்டேயிருக்கிறது

வெகு சகஜமாகிவிட்ட பிற்பாடும்
விருந்தாளியாகவே உன்னைக் கருதும்
இந்தக் காக்கையிடம்
என்ன சொல்லி விளங்க வைப்பது?

03.
சொந்தம் மறந்தவனென்று
உறவுகள் தூற்றட்டும்
இறந்தவர் வீட்டுக்கெல்லாம்
வரவே மாட்டேன்

நீ
அழுதுகொண்டிருப்பதைப்
பார்க்க முடியாது என்னால்.

04.
நீயிருக்கும் வீதியை
கடக்கும் போதெல்லாம்
விளையாட்டையும் மறந்து
கிசுகிசுக்கின்றன பிள்ளைகள்

என்னைப்பற்றித்தானோ
என்கிற கூச்சத்தில்
தலைகுனிந்தபடியே
நகர்ந்து விடுகிறேன்

உனக்கான எந்தத் தலைகுனிவும்
உற்சாகத்தையே தருகிறதெனக்கு

உனக்கென்று வரும்போது
பேரம்பேசாமல் பூ வாங்குகிறேன்
பூக்காரிகள் நம்மை ஆசீர்வதிக்கிறார்கள்

முகமறியாத உனக்கவள்
கொடுத்த பாராட்டுக்கு
எந்த விலையும்
தரமுடிவதில்லை
என்னாலும், எப்போதும்.

05.
உனது எல்லா அழகுகளையும்
மொத்தமாக எழுதிவிடமுடியாது
எனில்,
எழுதும்போதே கூடிவிடுகிற அழகு
உனக்கேயானது.

06.
ஒவ்வொரு குழந்தையையும்
பேர் சொல்லியழைத்து
ஊட்டுகிறாய் இனிப்பை

இனிப்பை ஊட்டும் இனிப்பைத்
தெரிந்துகொள்ளாமல்
மொய்த்துக் கொண்டிருக்கின்றன எறும்புகள்
எங்கேயோ என்னைப் போல.

07.
சொல்லாமல் வந்து
சொல்லாமலேயே விடைபெறும்
மாமழையை ஒத்தது
மாசறுக்கும் உனது புன்னகை

மெய்யாகவே நீ மழைதான்
வாசல்வரை வந்தும்
வீட்டுக்குள் நுழையாததால்.

08.
வைத்துக்கொள்கிறாய்
வேதியியல் புத்தகத்தில்
எனது மார்பு
முடிகளை மயிலிறகுபோல
கூச்சமாயிருக்கிறது அவை
குட்டிபோடுமெனச் சொல்ல.

09.
ஒரு கன்னத்தில் வாங்கியதும்
இன்னொரு கன்னத்தைக்
காட்டுகிறேன் முத்தத்திற்காக

நாணச் சிலுவையேந்தும் காதல்
எப்படியோ உயிர்த்தெழுந்துவிடுகிறது
யேசுவாக.

10.
விளையாட்டுக்காக வேடிக்கைக்காக
செய்துவிடுகிறாய் எதையாவது
அது, விளையாட்டென்றும்
வேடிக்கையென்றும்
தெரியாததுபோல

மிகுந்த சிரமத்திற்கிடையே
வாங்கித் தரப்பட்ட
ஒரு பொருளின் மகிமை உணராது
உடைத்தெறிந்துவிட்டு
விளையாடச் சொல்கிறாய்

உடைபட்டது நானென்பது
வேடிக்கையா உனக்கென
கேட்க விருப்பமில்லை.

உடைக்கப் பிறந்த உன்னையும்
உடையப் பிறந்த என்னையும்
ஒரே மாதிரி படைத்த இறைவனை
ஏன் வணங்குகிறோம்
விளையாட்டுக்காக வேடிக்கைக்காக.

11.

காலர் நுனியில்
மெலிதாய் தீட்டப்படும்
சந்தனக் கீற்று அளவேனும்
உன்னிடம்
ஒட்டியிருக்கிறதா காதலென்று
ஏங்கி ஏங்கி
என் அத்தனை ஆடையும்
கருகிக்கொண்டிருக்கிறது
வெப்பம் தாளாமல்.

12.

ஊசி வெடிக்குப்பயந்து
கண்களை இறுக மூடி
உதடுகளை அழுந்தக் குவித்து
தியானத் தோரணையில் தென்படும்
உனது அழகைக் காண்பதற்கேனும்
வரக்கூடாதா தீபாவளி
ஒவ்வொரு நாளும்

13.
நாம் நின்று பேசிய
நுணா மரத்தை வெட்டிவிட்டார்கள்
நீ விட்டுப்போன சுவடுகளில்
வெய்யில் படுமே என்றுதான்
வருத்தப்படும் அந்த மரமும்.

14.
பிறர்கூடும் பெரும் சபையில்
எனக்கு மட்டுமே நேர்ந்துவிடுகிற
அவமானத்தை
உன்னிடம் கொட்டித் தீர்த்து
கதறலாம் போலிருந்தது

எப்படியோ கேள்விப்பட்டு
கலங்கிய கண்களோடு நீ எதிர்ப்படுகையில்

எதுவுமே நடவாததுபோல
மாறிய என் முகத்தை
என்னவென்று பெயரிடுவது?

15.
எனக்காக நீ
திறந்து வைக்கும் ஜன்னலில்
காற்று ஏன்
வந்து தொலைக்கிறது.

16.
அதட்டுகிற அம்மாவை
மிரட்டுகிற அப்பாவை
அடிக்கடி நினைவூட்டும்
உனது செயல்களை மாற்று

பேசிவிட்டுப் போகிறேன்
கொஞ்ச நேரமாவது
வீட்டு பயமில்லாது.

17.
உனக்குத் தெரியாமல்
உன் கைக்குட்டையில்
அழுத்தமாய் ஒரு முத்தம் பதித்து
அதே இடத்தில் வைத்துவிடுகிறேன்

பிறிதொரு நாளில்
அழுத விழியுடன் நீ வருகிறாய்

உங்கள் முத்தத்தைத்
தொலைத்து விட்டேனென்கிற
பரிதவிப்போடு.

18.
பெயர் சொல்லியும்
குறிக்க மறந்த
தொலைபேசிகள் அநேகம்

பெயர் சொல்லாமல்
வைத்துவிடுகிற
பெண் குரல் என்பதோடு

முகத்தில் படரும்
புன்முறுவலில்
உணர்த்திவிடுகிறார்கள்
உன்னை.

19.
எதிரில் வரும் என்னைக் கண்டதும்
சண்டைக்காரர்களோடும் நீ
பேசுவதாய் செய்கிற பாவனை
எவ்வளவு
வெட்கம் நிரம்பியதென்று
எழுத நினைத்ததுண்டு
இந்தக் கவிதை எழுதும்
முந்தைய நொடிவரை.

20.
தோற்பதற்கும்
விட்டுக் கொடுப்பதற்கும்
நிறைய வித்தியாசமிருக்கிறது

தோற்ற பிறகு விட்டுக் கொடுப்பது
தியாகம்
தோற்கக்கூடாதென விட்டுக்கொடுப்பது
நேசம்

நான் தோற்க நினைக்கிறேன்
நீ விட்டுக் கொடுக்கிறாய்.

21.
குனித்த புருவமும்
கொவ்வைச் செவ்வாயில் குமின் சிரிப்பும்
பனித்த சடையும்
பவளம்போல் மேனியில் பால் வெந்நீரும்
இனித்தமுடை எடுத்த பொற்பாதமும்
காணப் பெற்றால்
மரித்துப் போவானா சொல்
எவனேனும்.

22.
எந்த வேண்டுதலுக்காக
இந்த விரதம்

அள்ளிக் குடிக்கத் தெரிந்திருந்தும்
தள்ளி நிற்குமிந்த
தாகத்தைத்
தண்ணீரே கொடுக்கும் விநோதம்
யாரால் தரப்பட்டது?

23.
உடைந்தால் கலங்குவாயென்று
ரப்பர் வளையல்கள்
வாங்கிக் கொடுத்தேன்

நீயோ அளவு சரியில்லை என
இளைக்கத் தொடங்கிவிட்டாயே.

24.
உதடுகளால் நீ பேசியதைவிட
உன் உதடுகள் என்னிடம்
பேசியிருக்கிறது நிறைய
புதிதாய்க் கிணறு தோண்டுபவனுக்கு
நீருக்குப் பதிலாகப்
புதையல் கிடைத்ததுபோல

ஒரே நேரத்தில்
அத்தனை ஊற்றும் பெருக்கெடுக்க
வழியுமுனது ஞாபகங்களை
எந்தப் பாத்திரத்தில் பத்திரப்படுத்துவது?

25.

ஆவி பறக்கும் வெந்நீரில்
விரல் தீண்டிச் சோதித்து
குடிப்பதற்குத் தோதாக்கி
குவளை நீட்டுகிறாய்

பதம் பார்க்கும் நொடியில்
நீ
துடித்த துடிப்பையும்
மறைத்துக்கொண்டு
மெல்லியதாய்ச் சிரிக்கிறாய்

எத்தனை நீர் கலந்தும்
ஆற மாட்டாமலிருக்கிறது
மனசும் அந்தக் காட்சியும்.

26.

அம்மாவின் புடவையை
உடுத்திக்கொண்டு
கண்ணாடி முன் நின்று
உன்னையே நீ
புகழ்ந்திருந்த தருணத்தில்
நுழைகிறேன் நானும் வீட்டுக்குள்
எங்கிருந்தோ பெருகிய
வெட்கமும் அழகும் மிகுதியாக

மறைவிடத்தைத் தேடுகிறயாய் நீ
திரும்புகிறேன் நான்
புகைப்படமாய்.

27.
யாரோவொரு
கர்ப்பிணிப் பெண்ணுக்கு
எழுந்துகொண்டு
இருக்கை கொடுக்கிறாய்

நாளை உனக்குமொருத்தி
இடம் கொடுக்க
நேருமென நினைக்கையில்

நீயாகவே இடம்பிடித்துக்கொண்ட
என் மனசு சிலிர்க்காமல்
என்ன செய்யும்?
என்னென்ன செய்யும்?

28.
பிரியங்களைப் பரிமாற நீ
கிடைத்த பிறகே
தவறாமல் கோயில் வரும்
பழக்கமேற்பட்டது

வந்த இடத்திலும்
தொந்தரவு தருமுனது
ஞாபகத்தில்

பிரகாரச் சுற்றுகளின் எண்ணிக்கையைத்
தவறவிட்டுவிடுகிறேன்

அதிகமாய்ச் சுற்றுவதால்
கோபிப்பாளா அம்பிகை?

29.
பிடித்த பாடலை
முணுமுணுத்துக்கொண்டே
ஜடைபின்னும் லாவகத்தில் சிக்கி

பின் ஜன்னல் வழியாக
பறந்து வருகிறது ஒற்றைச் சுருள்முடி
கனமானவற்றைவிடவும்
மெல்லிதான சம்பவங்களில்
நீயென்னை மிரட்டிவிடுகிறாய்.

30.
சிரித்துவிட்டுப் போ
சிதைத்துவிட்டுப் போ
இடித்துவிட்டுப் போ
இமைத்துவிட்டுப் போ
கலைத்துவிட்டுப் போ
கவிழ்த்துவிட்டுப் போ
இப்படி தனித்துமட்டும்
விட்டுப் போய்விடாதே
இன்னொரு முறை.

31.
மூச்சடக்கி எவ்வளவு நேரம்
நீருக்குள் இருப்பாய் என
போட்டி வைப்பதைவிட
உன்னை நினைத்து
மூழ்குகிற குளத்தைக் காட்டிவிடு
நின்ற பிறகும் குமிழ்விடும்
காதல் மூச்சு.

32.
வெறும் வார்த்தைக் குவியலாக
பேசிப்பேசி
அகமகிழ்ந்து போகிறோம்
நீயும் நானும்
வசதி வந்ததும்
வாங்கப் போகும் பொருட்களின்
பட்டியலைக்
குழந்தைகள் உளறுவது மாதிரி

பொருளற்றுப் பேசுகிற
காதலுக்கு விலையதிகம்
ஆகவேதான் எழுதிவைக்கிறேன்
ரூபாய்த் தாளில் உன் பெயரை.

33.
ஒரு தீக்குச்சி போல தீர்ந்துவிடுகின்றன
உன்னிடம் பேசுவதற்காக
நான் சேமித்த சொற்கள்

போன பிறகும்
மணம் வீசிக்கொண்டிருக்கும்
ஊதுவத்தியைப் போன்றதுன்
வார்த்தைகள்.

34.
தீபாவளியென்றால்
வேறொன்றுமில்லை
கை நிறைய பலகாரத்தோடு
நீ என் வீட்டுக்குள் நுழைகிற
பண்டிகை.

35.
காலார நடப்பதும்
வாயாரக் குடிப்பதும்
என்பது போலவே
மனசார முத்தமிடு என்றால்
முறைப்பதே வழக்கமான காதலை
என்ன இருக்கிறது பாராட்ட.

36.
சோப்பு நுரையூதி
குமிழ் வெடிக்கும் குழந்தைகளுக்குத்
தெரியாது
ஊதிப்பிறகது வெடித்துப்போகும்
காதலின் துயரங்கள்

37.
மரத்தைச் சுற்றி வருகிற
காதலர்களைப் பார்க்குந்தோறும்
நினைத்துக்கொள்வேன், முன்னாளில்
பிள்ளை வரம்வேண்டி இவர்களுடைய
அம்மாக்கள் சுற்றிவந்த வேண்டுதலை

38.
இரண்டு இதழ்களுக்கிடையில்
வெட்க முட்டைகள்
குஞ்சு பொறிக்கையில்
அடை காக்கும் காதலுக்கு
அப்பா நீ அம்மா நான்.

39.
பட்டாசுக் காகிதங்கள் குவிந்த
பண்டிகை நாள் தெருவில்
எதேச்சையாய் என் கால்பட்டு
அணையா வெடியொன்று
எழுப்பியது சத்தம், முன்பொருநாள்
கதவோர முத்தத்துக்கு
நீ அலறியதுபோல.

40.
முத்தமிட்டுப் பிரியும் தருவாயில்
நினைத்துக்கொள்வேன்
நீ கொடுத்து வைத்தவளல்ல
வைப்பதற்காகவே கொடுப்பவள்.

41.
கூச்சத்தாலான மாளிகை போல
நீயிருக்கிறாய்
உன் முகத்திலிருந்து பொறிந்து சிதறி
பூப்பூவாய் வெளியேறும் பூரிப்பில்
மறந்துவிடுகிறேன்
மத்தாப்புகளைக் கொளுத்த.

42.
கிணற்றுத் திட்டில் அமர்ந்து
உள்ளெழும் நீர் வளையங்களை
கணக்கெடுத்து ரசிக்கத் தொடங்குகிறாய்

உச்சப் பரவசத்தில் நீ உதிர்க்கும்
வார்த்தையில் முங்கித் திளைக்கிறேன்
பிறகோ
சலனமற்றுக் கிடக்கிறது நீர்

எண்ணுவதற்கு நீர் வளையம்
இல்லையென்று நீ
கல்தேட முயல்வதற்குள்
என் கைவிரல் மோதிரத்தைத்
தவற விடுகிறேன்
உனக்குத் தெரியாமல்

மறுபடியும் குதூகலித்து
குழந்தையாகிறாய்

எப்பவும் எண்ணுவதற்கு
பிடித்தமானது
உனக்கு நீர் வளையம்
எனக்குன் கை வளையல்.

43.
என் எல்லா ஆடைகளும்
உன் கண்களை முன் வைத்தே
தேர்ந்தெடுக்கப்படுகின்றன

உன் ஒவ்வொரு புன்னகையும்
என் முகச் சாயலை
உத்தேசித்தே உதிர்க்கப்படுபவை.

44.
மயிலிறகு ஹேர்பின் மோதிரம் துப்பட்டா
வாழ்த்து அட்டை செல்போன் பொட்டு
கூடவே நீ வைத்துக்கொள்ளும் விதத்தில்
லகுவாகவும் சுமையில்லாமலும்
உருவாக்கப்பட்டது என் காதல்
ஏனைய பொருட்கள் தொலைக்க
என்னுடைய காதல் மீட்க.

45.

நேற்றைக்குச் சந்தித்த அதே இடத்தில்
நாளையுமுன்னைச் சந்திக்க விரும்புவதால்
கொஞ்சநேரம் தூங்கிக்கொள்கிறேன்
தூக்கம் வரத்தான் தாமதமாகிறதே தவிர
கனவில் நீ வந்துவிடுகிறாய்
சட்டென்று.

46.

மூத்த பிள்ளைக்கு
யாருக்குந் தெரியாமல்
சோற்றுக்குள் முட்டையை வைத்து
ஊட்டுகிற தாய்போல
எல்லோருக்கும் முன்பு
எனக்குச் சகாயம் செய்யவே
ஏங்கிக்கிடக்கிறது உன் காதல்.

47.

நிரந்தமாக
நீ என் வீட்டுக்கு வரும்பட்சத்தில்
தகர்த்துவிடலாம்
கொல்லைப்புறத்திலுள்ள
துளசி மாடத்தை.

48.
தனக்கு வந்தால்தான் தெரியும்
தலைவலியும் காய்ச்சலுமென்ற
பழைய மொழியை விட்டுவிட்டு
தனக்கு வராவிட்டாலும் தெரியும்
காதலும் அவஸ்தையுமென்று
ஏன் சொல்லக்கூடாது.

49.
கொலையும் செய்வாள்
பத்தினியென்று யாரோவொருவர்
சொல்லிப் பிதற்றுகையில்
காதலும் செய்வாளென
சொல்லத்துடித்த என் நாவை
சும்மாயிரு என்றது இதயம்.

50.
எந்த அழகான பெண்ணையும்
நான் பார்க்காமல் இருந்ததில்லை
எந்த அழகான பெண்ணும்
எனைப் பார்ப்பதாகத் தெரியவில்லை
கண்களிலிருந்தே
தொடங்குகிறது காதலெனில்
அது, வலது கண்ணா?
இடது கண்ணா?

51.
வாட்டி வதைக்குமுனது
புன்னகை விளையாட்டுத் தந்த
சிராய்ப்புகளைக் காட்டிக்காட்டி
நம் குழந்தைகளுக்குச் சொல்லித் தருவேன்
ஒன்று.. இரண்டு.. மூன்று...

52.
கத்தியின்றி யுத்தமின்றி
பெற்ற சுதந்திரமென்று
சிலாகிக்கிற
யாருக்காவது தெரியுமா
கத்தியின்றி யுத்தமின்றி
இம்சிக்கும் காதலின் சௌந்தர்யத்தை.

53.
உச்சபட்ச கோபத்தில் உதிர்க்கிறாய்
என்னை உன்னால்
என்ன செய்துவிட முடியுமென்று
காதலை விட பெரிதாகச் செய்ய
என்னவிருக்கிறது உன்னிடம்

54.
இறுகக் கட்டிக்கொண்டு டூவீலரில்
போகிறவர்களைக் குறிப்பாக காதலர்களை
வசையேந்திய மொழிகளோடு
முணுமுணுக்கிறாய்
அழகு குவியும் உனது முணுமுணுப்பை
ஆவலோடு தரிசிக்கும் எனக்கு
அவ்வப்போது நேர்ந்துவிடுகிறது விபத்து.

55.
மனை துறந்து மக்கள் துறந்து
மரணமிலாப் பெருவாழ்வைத்
தேடியலையும் ஞானியர்க்குச் சொல்லிவை
மரணமிலாக் காதலை
மறுத்தபின் அடைவது ஞானமல்ல
ஊனமென்று.

56.
புலம்பமாட்டேன்
எவ்வளவு நம்பினேனுன்னை
மோசம் செய்துவிட்டாயே என
மோசம் செய்யாமல் போய்விட்டாயென்று
புலம்புகிற அளவுக்கு
என் காதல் விஸ்தாரமானது.

57.
முன்னோக்கி ஒருவர் துரத்த
ஓடிக் களைப்பது பந்தயமென்றால்
ஒருவருமே துரத்தாமல்
பின்னோக்கி ஓடிவிழும் பள்ளத்தைக்
காதலென்று சொல்லலாமா.

58.
உன்னையன்றி வேறொருத்தியும்
பிடிக்காமல் போனதற்குக் காரணம்
உன்போல வேறொருத்தி
இல்லை என்பதல்ல
காரணம் எதுவுமில்லாமல் பிடிக்கும்
கலையைக் கற்பித்துத் தருகிறது
காதல்.

59.
வயதில் பாவம் செய்துவிட்டு
கடைசிக் காலத்தில், கோயிலைக்
கூட்டிப் பெருக்கும் மூதாட்டி
நல்லது என்றாள்
புண்ணியம் செய்வதைவிட
காதல் செய்வது.

60.
பேச வேண்டுமாம் பெண்களிடம்
கண்களைப் பார்த்து
குனிந்த தலை குலுங்கக் குலுங்க
கொடுமையான வெட்கத்தோடு
போகிற ஒருத்தியாவது நிமிர்வாளா
ஆண் கண்களைப் பார்க்க.

61.
எல்லாம் வல்ல இறைவனென்று
ஏன் சொல்லுகிறாய்
எல்லாம் வல்ல காதலென்று
சொல்லிப் பழகு
இறைவன் பிரிக்கிறான்
காதல் சேர்க்கிறது.

62.
காதல் செய்திருக்கிறாயா என
எத்தனையோ பேர்
எத்தனையோ முறை கேட்டுவிட்டார்கள்
உள்ளே சுரந்து
உயிரில் பரவும் காதலைச்
செய்யமுடியாதென்று ஏன்
தெரியவில்லை ஒருவருக்கும்.

63.
எவ்வளவு தந்தாலும்
செலவழித்துவிட்டு அப்பாவை நச்சரிக்கும்
ஊதாரி மகனைப் போல என் காதல்
திரும்பத் திரும்ப உன்னைக்
கேட்டுக் கொண்டேயிருக்கிறது
கேட்பதில் கொஞ்சமேனும் தராத நீயா
நாளைக்கு அம்மாவாகப் போவது?

64.
என்ன பேசும் நம்மைப் பற்றி
எழவெடுத்த ஊரென்று பயந்துபயந்து
எதுவுமே பேசாமல் போய்விடுகிற
உன்னைப் பற்றி
எல்லோரிடமும் பேசிக்கொண்டேயிருக்கிறது
என் காதல்.

65.
ஆண் பெண் நட்பு குறித்து
என்ன நினைக்கிறாய் எனக்கேட்ட
என் நாலாந்தர முற்போக்கை
கேலி செய்வது போலிருந்தது
உன்னுடைய ஆலிங்கனம்.

66.
முன்பின் சாகாமலேயே
இடுகாட்டை அறிந்துகொள்ள
ஏதுவான பாதை காதலென்று
திளைக்கத் திளைக்க காதலித்த
யாருமே சொல்லவில்லை உங்களில்.

67.
கைநிறைய கற்களோடு
வேசியை விரட்டிய ஊராரைப்
பாவமே செய்யாதவர்கள் அவள்மீது
கல்லெறியுங்கள் என்றார் கர்த்தர்
எனக்கும் சொல்லத் தோன்றியது
காதலே செய்யாதவர்கள் கோபிக்கட்டும்
நம்முடைய நெருக்கத்தை.

68.
நண்பர்களிடம் பேசுவதற்கென்று
வைத்திருந்த பூரா சொற்களையும்
உன் செவிகளுக்குத் தாரை வார்த்த
என்னை என்னவோ மாதிரி பார்க்கிறார்கள்
நீ அவர்களுக்குத் தங்கையாகிவிட

69.
யார் மாதிரி பேசுவது
யார் மாதிரி எழுதுவது
யார் மாதிரி நடப்பது
ஒவ்வொரு மாதிரி ஒவ்வொரு வயதில்
பழகிக்கொண்ட என்னை
ஒரே மாதிரி இருக்கச் செய்தது
காதலென்பது பொய்தானே.

70.
எடைக்குப் போட்டால்
என் காதலுக்கு எவ்வளவு கிடைக்குமென்ற
உனது குறும்புக்குப் பதிலாக
நான் சொல்ல நினைத்தேன்
எடைக்கு மட்டுமல்ல
எங்கு தூக்கிப் போட்டாலும்
நீ கிடைப்பாய்.

71.
எதேச்சையாய் என் பார்வை
சரிந்த முந்தானை மீது விழவே
சரி செய்து கொள்ளென்ற
என்னுடைய மூடப் பழக்கத்தை
கேவலமாய்த் திட்டத் தொடங்கின
உன் விரல்கள்.

72.
இருபது நிமிடம் தாமதமாய் வந்த
என்னை நீ கரித்துக் கொட்டுகையில்
இருபத்தியொரு வருடம் தாமதமாய் வந்த
உன்னை எதுவுமே சொல்லாமல்
அனுசரித்துக்கொள்கிறது என் காதல்.

73.
காய் நறுக்கும்போது
கை நறுக்கிக்கொண்ட உன் காயத்தில்
முத்தமிட்ட நொடியில்
சவரம் செய்கையில் கிழித்துக்கொண்ட
என் கன்னத்தை எதற்காக
குழந்தைக் கண்களால் பார்த்தாயோ

74.
நினைக்க ஒன்று
மறக்க ஒன்று என இருந்த
என்னுடைய இரண்டு மனத்தையும்
நீ எடுத்துக் கொண்டு போய்விட்டாய்
இப்போது என்னுடன் இருப்பது
ஒரே ஒரு இதயம்
அதுவும் உன்னுடையது
நினைப்பதும் மறப்பதும்
உன் பொறுப்பு.

75.
காலத்துக்கேற்றவாறு
ஆடையணிய வேண்டாமா என
நீ கடிந்து கொள்ளும் சந்தர்ப்பத்தில்
காதலுக்கேற்றவாறு மாற முடியாத
உன் மனநிலையை ரசிக்கத் தொடங்கினேன்
தீராத தாபத்தோடு.

76.
ஒரு நோஞ்சான் குழந்தையைப்போல
என்னுடைய காதலிருக்கிறது
உன்னுடைய மார்புக்கூட்டில்
எப்போதும் சாய்ந்துகொள்ள
அழுது வடியும் குழந்தை மீதுதான்
அதிக பிரியம் வருமாமே
காதல் தாய்க்கு

..இவ்வாறாக, என் நாட்குறிப்பிலிருந்து எடுக்கப்பட்ட கவிதை அல்லாதவைகளை விடவும் அவளது அன்பு மிக மிக உன்னதமானது. ஒவ்வொரு முறையும் புதிதான தோல்விகளோடு திரும்பும் சக்தியை எனக்களித்த எல்லாம் வல்ல ஒருத்தியை குறித்த தகவலை மேலும் நச்சரிக்காதிருப்பீர்கள் என நம்புகிறேன். பூக்காரியிலிருந்து பிறக்கப்போகும் பிள்ளைக்கு ஸ்வெட்டர் பின்னுகிறவள் வரை இவளொத்த சாயலை நீங்களும் உணரமுடியும். மடையோர சகதியில் துள்ளி விழும் மீனைத் தூண்டில் குச்சியால் மறுபடியும் நீருக்குள் அமிழ்த்திவிட்டு கரையில் காத்திருப்பதிலேயே கழிகிறது காலம். என் நோக்கமெல்லாம் எதிர்பார்ப்புகளிலேயே இருக்கும் பொழுதை ஈடேற்றிவிடுவதுதான். புறப்பட்டுவிட்ட ரயில் பெட்டியில் தவ்வி ஏறி நிறுத்தத்தை நெருங்கும்வரை சந்திப்பைப் பற்றியும் இறங்கியதும் திரும்புவதைக் குறித்துமான யோசிப்புகளில் வாழ்வதாக எண்ணம். எம்பிராய்டரி பொறித்த அவள் பரிசளித்த கைக்குட்டை மேல்சட்டையில் தொலைந்துவிடாதிருக்கும் எச்சரிக்கை உணர்வை அவ்வப்போது கொடுத்துக்கொண்டிருக்கிறது மனசு. முன்பொருநாள், புடவைக் கடையில் நின்று பேசிக்கொண்டிருக்கையில் கடைக்காரன் எடுத்துப்போட எடுத்துப்போட எதுவுமே பிடிக்கவில்லை என அவள் சொன்ன போது எவ்வளவு மகிழ்ச்சிக்குள்ளானேன் என்பதை என் மணிபர்ஸ் அறியும். எதுவுமே பிடிக்கவில்லை என்பதற்காக அவளிடமிருந்தும்..

இந்தக் கவிதையல்லாதவைகளை யார் மூலமாகவோ கிடைக்கப்பெற்று அவள் வாசிக்காமல் இருந்தால் பாக்கியம். மீறியும் வாசித்துவிட்டு அன்பு பிரவாகமெடுக்க ஒன்றிரண்டு ஒற்றுப் பிழைகளோடு எழுதப்போகும் கடிதம் என் விலாசத்திற்குக் கிடைக்காமல் போனால் பாக்கியத்திலும் பாக்கியம். இப்போதவள் எங்கிருக்கிறாள்? என்னிடமிருந்து

கோபித்துக்கொண்டோ மன்னித்துவிடுங்கள் என்ற வாசகத்தோடோ சத்தியமாகப் பிரியவில்லை. உங்களில் யாரொருவராலும் அடையாளம் காணமுடியாத பிரதேசத்தில் வசிக்கிறாள் என்றால் மரணித்ததாக அர்த்தம் இல்லை. பிறகெதற்கு இதெல்லாம். அதுதான் எனக்கும் தெரியவில்லை. இவையெல்லாம் தெரிந்தும் தெரிந்துகொள்ளாமலும் நிகழ்பவை. இவ்வரதப் பழசான ரொமாண்டிஸத்தை கைவிட முடியாததாலும் உங்கள் மகோன்னதம் பொருந்திய கைகளில் ஒப்படைத்ததற்காகவும் விரயமான ரொக்கத்திற்காகவும் இதைக் கிழித்தெறியும் உரிமையையும் உங்களுக்குத் தருகிறேன்.

பணங்கொடுத்து
வாங்கியும் வாசிக்கப்படாத
அலமாரிப் புத்தகங்களுக்கு

ஒரு மரத்துக் கள்

2007

இலக்கியச் சிரட்டை
சித்ரா பாலசுப்ரமணியன்

மனதிற்குள் கனன்றுகொண்டே இருக்கும் தீக்கங்கினை அணையாமல் காப்பாற்றி வைத்திருத்தல் அத்தனை சுலபமான காரியமன்று. எண்ணத்திற்கும் எழுத்திற்குமான இடைவெளி நாம் நினைப்பதுபோல மிகக் குறுகியது அல்ல. நினைப்பதையெல்லாம் எழுத்தில் அதன் வண்ணம் மாறாமல் அதன் தவிப்பு குறையாமல் மனதில் அது கருக்கொண்ட சூட்டோடே வடித்துவிடுவது என்பது பிரம்ம பிரயத்தனமான ஒரு செயல்தான். அந்தச்சூடு வாசகனின் கைக்கு மாறும் போது அவனுக்கும் தொற்றிக்கொள்ளுதல்தான் இலக்கியத்தின் ரசமான அனுபவம்.

படைப்பாளி தனக்கேயுரிய அனுபவத்தோடு படைத்தவை எனினும் வாசக அனுபவத்தோடும் பொருந்திப் போகையில் அங்கு படைப்பு வெற்றி பெற்றுவிடுகிறது. ஒரு மரத்துக் கள்ளின் புளிப்புச் சுவையும் போதை நெடியும் இதமான சூடாய்ப் பரவுகிறது நமக்குள்ளும். இடையறாது ஓடிக்கொண்டிருக்கும் வாழ்க்கை நதியில் மொண்டு நீர் குடிக்க இலக்கியச் சிரட்டையைத் தவிர வேறு எதனால் ஆகும்?

எந்த இஸங்களின் வண்ணத்தையும் பூசிக்கொள்ளாமல் எளிமை அழகு கொண்டு மிளிர்பவை யுகபாரதியின் கவிதைகள். மண்ணில் புரண்டு விளையாடிவிட்டுச் சிரிக்கும் கள்ளங்கபடமற்ற குழந்தையின் முகம் மாதிரி. முதல் வாசிப்பிலேயே புரிந்துவிடுபவை சிறந்த கவிதைகளல்ல என்ற கவலைக்குரிய போக்கு தமிழ் இலக்கிய உலகில் உண்டெனினும் யுகபாரதிக்கு அவை குறித்த கவலைகள் எதுவுமில்லை. எளிமையும் வசீகரமும் உண்மைத் தன்மையுமே கவசங்களாகக் கொண்டு திகழ்பவை. ஆதலால் கால நீரோட்டத்தில் எளிதில் நீரோடிக் கடந்துவிட வல்லவை.

எந்தக் கவிஞனுக்கும் தன் படைப்பு குறித்த கர்வம் அவசியமானது. அதைக் கர்வம் எனச் சொல்வதைவிட, சற்றுத் தள்ளி விளையாடும் குழந்தையினைப் பெருமிதத்துடன் பார்த்து மகிழும் தாயுள்ளம் எனச் சொல்லலே பொருந்தும். யுகபாரதிக்கும் அந்த உள்ளம் உண்டு. தன் கவிதைகளைச் சொல்லாலே அடுக்கும் சூளை, துடியெடுத்து ஆடும் தெய்வம், செருக்குகளை வீழ்த்தும் சுத்தி, சிந்தனையில் முளைக்கும் வெள்ளி என அவர் வெளிப்படுத்தும் பாங்கிலேயே அது தெரிகிறது. கம்பன் கழகத்தில் கவிதைப் படைக்கும்போதும் வெளிப்படும் சமூக நோக்குதான் யுகபாரதிக்கான உண்மையான அடையாளம்

மீட்க வைத்த நெருப்பு இன்னும்
மீளாமல் ஈழத் தாயை
போட்டெரிக்கும் நிலையில் நெஞ்சு
பொசுங்காமல் என்ன செய்ய?

துடியெடுத்து ஆடும் கவிதை தெய்வத்தின் காற் சிலம்புப் பரல்கள் தெறித்து விழுகின்றன வார்த்தைகளாய்.

தண்மையான நீரியல்பும் வெம்மையான தீயில்பும் கொண்டு நிற்கும் மொழி இயல்பைப் பெற்றிருக்கும் வரிகள். தூக்கத்திற்குத் துணையாகும் தலையணை

யுகபாரதியின் கவிதையில் பல பரிமாணம் காட்டுகிறது. வார்த்தைகளின் தேர்வில் இருக்கும் வசீகரம் நம்மை வளைத்துப் போடுகிறது. பழகிய வார்த்தைகளின் கோவையிலும் பழகாத புதுப் பொருளும் புதுப் பொலிவும் காட்டும் கவிதைகளைக் கட்டமைத்தல் யுகபாரதியின் சிறப்பு.

நவீனக் கவிதை வெளியிலும் திரைப்பாடல்களிலும் தன் முத்திரை பதித்துக்கொண்ட யுகபாரதிக்கு மரபுக்கவிதை வடிவத்தின் மேல் தோன்றிய ஆர்வமும் வியப்பூட்டக் கூடியது. பயணம் மாறிப் போன பின்னும் பழகிய பாதையை மறக்காத பக்குவம். பரந்துபட்ட வெளியில் திரிந்த கவிதைக் குழந்தையை மரபுச் சட்டகத்திற்குள்ளும் துள்ளி விளையாட வைக்கும் துணிவுதான் அதனின்றி வேறென்ன சொல்ல? சங்கிற்குள்ளும் கேட்கும் கடல் ஒலி மாதிரி எந்த வரையறைக்குள்ளும் கவிமனம் வெளிப்படும் பாங்கு இது. வேரின்றி நீரில் அலையும் நீர்த்தாவரம் போலல்ல, மண்ணில் வேர் பரப்பி ஆகாயம் தொட உயர்ந்து சூரிய ஒளியில் தினம் குளித்து திசைதோறும் கிளைபரப்பும் மரபான கவிதை மரமாய் அவர் எழுத்து ஸ்தாபித்து நிற்கிறது.

உவமைகளின் ஒய்யார ஊர்வலம் கவிதை வழிநெடுக. காலம் நெடுகத் துணை வரும் நட்பு குறித்த சிலாகிப்பும் காமத்தின் தகிப்பும் நட்பு கொன்று காமம் நிற்குமோ என்ற கழிவிரக்கமும் குறித்து பேசும் கவிதைகள் ரங்கராட்டினத்தின் உச்சியிலிருந்து கீழிறங்குகையில் உடலில் தோன்றும் மின்னற் சுவையின் பரிதவிப்பைக் கவிதை மொழியில் காட்டி நிற்கின்றன.

ஒடித்து ஒடித்து வெண்டைக்காய் வாங்கும் நேர்த்தியாய் பொறுக்கிப் பொறுக்கிச் சேர்த்த சொற்கள். யாப்பில் உணர்வு புனைதல் ஆரியக் கூத்தாடினாலும் காரியத்தில் கண்ணாயிருக்கும் கலை. சொற்களின்

சிலம்பாட்டத்தைவிட தொற்றிக்கொள்ளும் உணர்வுத் தீப்பொறியே கவிதைக்கு வெற்றி. மின்னற் பொறியாய்த் தெறித்து விழுந்த வார்த்தைக் கங்குகளில் கவிதை சொக்கப்பனை கொளுத்துகிறது. பற்றி எரியும் அதன் வெளிச்சத்தில் மின்னிச் சிரிக்கின்றன யுகபாரதியின் வரிகள்.

கோபாலபுரம்,
சென்னை - *86*
22.06.2007

என் கவிதை

கசிகின்ற கண்ணீர் வம்சம்
காலத்தின் நெடிய தும்மல்
பசிகொண்ட ஆந்தை உறுமல்
பரமசிவன் கழுத்துச் சர்ப்பம்
மசிந்துவிட்ட வாழ்வின் சக்கை
மனக்குகையின் வெளிச்ச ஊர்தி
நிசிகளை விரட்டும் நிலவு
நித்திரையை எழுப்பும் வெய்யில்

சொல்லாலே அடுக்கும் சூளை
சோகத்தில் உதிரும் கர்வம்
நெல்வயலில் மூளும் நெருஞ்சி
நிதர்சனத்தின் தேநீர் கோப்பை
பல்முளைக்கா சிசுவின் புன்னகை
பாவேந்தன் தமிழின் எச்சம்
தொல்லுலகின் தோப்புக் கரணம்
துடியெடுத்து ஆடும் தெய்வம்

கருக்கரிவாள் எனது பேனா
கருத்துகள் சிவப்பைச் சிந்தும்
செருக்குகளை வீழ்த்தும் சுத்தி
சிந்தனையில் முளைக்கும் வெள்ளி
தெருக்கள்தான் எனக்கு மேடை
தேம்பலிலே இசையின் குறிப்பு
உருக்குகின்ற வறுமைக் குள்ளும்
உந்தியெழும் மக்கள் பயணம்

படிந்துவிட்ட ஆதிக் கத்தின்
பாசாங்கை வெட்டும் கத்தி
கொடிகட்டித் திரியும் கட்சிக்
குறைகளைக் குத்தும் ஈட்டி
நடிப்புலகச் சீமான் போடும்
நரிவேடம் குதறும் சிங்கம்
அடிபணிந்து கிடக்கும் பெண்ணின்
ஆவேசம் உயர்த்தும் அலறல்

மூக்குச்சளி ஒழுகும் பிள்ளை
முகந்துடைக்க உதவும் துண்டு
நீக்கமற நிறைந்த பொய்யை
நேர்நின்று எதிர்க்கும் தோட்டா
சாக்காட்டை அள்ளி உண்ணும்
சாப்பாட்டு மேஜை; கவலை
வேக்காளம் தீரும் மட்டும்
விசுறுகின்ற கலகக் காற்று

ஒருமரத்துக் கள்ளின் வெறியை
உணர்விலே கலக்கும் படையல்
பெருமிதத்தில் எழுத்துக் கிழவி
பிடித்திழுத்து வைக்கும் விருந்து
செருவாட்டுக் காசைப் போல
சேமிக்கும் மனித உண்டியல்
பருந்துக்கு அஞ்சி டாமல்
படைநடத்தும் கோழிக் குஞ்சு

எளியவர்க்குத் தண்ணீர்ப் பந்தல்
ஏழைகளின் கூட்டாஞ் சோறு
களி நடனம் புரியும் நந்தன்
கட்டுடலில் அணியும் பூணூல்
பலியாடாய்ப் போன தமிழின்
பண்பாட்டை மீட்கும் ஓசை
அலமாரி அபூர்வ விளக்கை
அணைக்கவரும் இனிய பூதம்.

தலையணை

நள்ளிரவுக் குளிரில் என்னை
நலமாக வருடும் தோழி
உள்நரம்பில் கொதிக்கும் பாலை
உறையூற்றிப் போகும் அம்மை
கள்வெறியில் திறந்து கொள்ளும்
கதவுக்குக் காமத் தாழ்ப்பாள்
துள்ளாட்டம் போடும் கனவைத்
தூண்டிவிடும் பஞ்சுக் குழந்தை

மெத்தையெனும் வயலில் தனியே
மெலிதாக முளைத்த நாற்று
தத்தளிக்கும் தூக்கப் புகையைத்
தட்டிவிடும் பெரிய ஆஷ்ட்ரே
முத்தத்தை வாங்கும் கிடங்கு
மூட்டை போல் கிடக்கும் சாந்தி
சத்தமிடாத படுக்கைத் தீவு
சரீரத்தின் தலைமை கூர்க்கா

புறமுதுகை உரசும் போதை
 பொத்திவைத்த மர்மத் தோட்டம்
உறக்கத்தை எழுதும் பேனா
 உருளுகின்ற தலையின் உவகை
திறவுகோல் இல்லா வீடு
 தேவதையின் மார்புச் சீமை
மறதிபோல் கழுத்தைக் கவ்வி
 மல்லாந்து கிடக்கும் மங்கை

மடிதேடி அமரும் மார்க்கம்
 மன்னித்துக் கொடுக்கும் முத்தம்
விடியலில் விலகும் வேசி
 வேர்வையை உறிஞ்சும் கொக்கு
துடிக்கையில் நெருங்கி வந்து
 தோள்தொட்டுப் பரவும் தோகை
முடிகோதிப் பழகும் தனிமை
 மொத்தத்தில் பேசா மனைவி

ஊருக்கு இல்லாள் போக
 உடனிருக்கும் உறவுக்காரி
மாரழகைத் தழுவித் தழுவி
 மயக்கத்தைக் கூட்டும் சாவி
கோரிக்கை எதுவும் இன்றிக்
 கொஞ்சவரும் தட்டைத் தென்றல்
காரிருளில் கைகள் பின்னி
 கவிதைகளைப் படிக்கும் சிறுமி

குறட்டையில் எழும்பா புரவி
குதர்க்கத்தை ரசிக்கும் துறவி
கிறக்கத்தை வாங்கிக் கொண்டு
கிடக்கின்ற மோகத் தோணி
உறையிட்ட காதல் கடிதம்
உணர்ச்சிகளின் வங்கி; அந்திப்
பறைவந்து தலையைத் தட்ட
பண்பாட்டுக் கவச குண்டலம்.

வேண்டல்

அழவேண்டும் இன்னும் கொஞ்சம்
ஆறுதலே வேண்டாம் போய்வா
விழவேண்டும் மேலும் மேலும்
வெற்றிகளே வேண்டாம் போய்வா
நிழல்போல தொடரும் தீங்கே
நீயென்னைத் தூக்கிக் கொள்க
தழல்போல படரும் பகையே
தகித்தென்னைச் சாம்பல் செய்க

கெடவேண்டும் இஷ்டம் போல
கேளிக்கை மனமே போய்வா
தொடவேண்டும் மரணத் தாயை
தொந்தரவே நெருங்கி வாவா
நடவேண்டும் மண்ணில் என்னை
நன்மைகளே வேண்டாம் போய்வா
தடங்கலே நிலையாய்த் தங்கு
தவவாழ்வே வேண்டாம் போய்வா

சேற்றிலே கால்கள் உந்தி
  சிதைவதில் இன்பம்; பாயும்
ஆற்றிலே அமிழ்ந்து போய்நான்
  ஆவியே தொலைதல் இன்பம்
நாற்திசை இருக்கும் சூதில்
  நசிவுற இன்பம்; நித்தம்
தோற்பதில் இன்பம் காணும்
  தோழமை வேண்டும் வேண்டும்

குடிசையே போதும் துஞ்ச
  கோபுரம் வேண்டாம்; உண்ண
பிடிசோறு போதும் பசிக்கு
  பிரியாணி வேண்டாம்; ஆடை
அடியிலே கொஞ்சம் போதும்
  அதற்குமேல் வேண்டாம்; காலை
விடியலே போதும் வெளிச்ச
  விளக்குகள் எனக்கு வேண்டாம்

வாழ்வதால் என்ன லாபம்?
  வருத்தமே வேண்டும்; என்றும்
தாழ்வதே அமைதி என்பேன்
  தம்பட்டம் இல்லை உண்மை
ஊழ்வினை அறியா உள்ளம்
  உருகியே கருக வேண்டும்
மூழ்கியே போதல் மேன்மை
  முயற்சிகள் முட்டாள்தனமே

பொருள்தேடி அலையும் காலில்
புல்கூட முள்ளாய்த் தோன்றும்
அருள்தேடி அலையும் கண்ணில்
ஆத்மீகம் பொய்யாய்த் தோன்றும்
வருமானம் வேண்டாம்; வாய்த்த
வறுமையே போதும்; நாளும்
உருமாறும் உலகத் தோடு
உடன்பட்ட உறவே போய்வா

எதற்கிந்தக் குழப்பம்? வீணே
ஏனிந்தக் கூச்சல்? வெற்றுப்
பதவிக்குத் துரோகம் செய்து
பணத்துக்குக் களவும் கற்று
மதங்கொண்ட யானை போல
மனிதர்கள் வாழும் ஊரில்
முதலுக்கே மோசம் என்றால்
முதலீடே வேண்டாம் போய்வா

வந்ததேன்? தாயின் தேவை
வளர்ந்ததேன்? உடலின் தேவை
நொந்ததேன்? கனவின் தேவை
நுரைப்பதேன்? மனதின் தேவை
சொந்தமேன்? சொல்வாய் நெஞ்சே
சூட்சுமம் உணரத் தானே
சந்தைக்கு வாழ்க்கைப் பட்டால்
சகலமும் வெறுமை தானே

என்னையேன் தேற்று கின்றாய்?
எரிகிறேன் இதுவே வேண்டும்
தன்னிலை மறந்து போய்நான்
தறிகெட்டு அலைய வேண்டும்
அன்பென்னும் பெயரை வைத்து
அளக்கின்ற கதைகள் எல்லாம்
துன்பத்தைத் துரத்திச் செல்லும்
துணிவில்லாக் கோழை மிருகம்

இப்படியே இருந்தால் போதும்
இதற்குமேல் எதுவும் வேண்டாம்
குப்பத்தில் கிடந்தால் போதும்
கோட்டையும் கொடியும் வேண்டாம்
கப்பிக்கல் பாதை போதும்
கால்பாவ செருப்பு வேண்டாம்
சப்பாத்திக் கள்ளி போதும்
சம்பங்கிப் பூக்கள் வேண்டாம்.

அத்வைதம்

முகம்மலர பேசும் வார்த்தை
  முடிவின்றித் தொடரும் நெகிழ்வு
அகத்துக்குள் விளக்கு வைத்து
  அணையாமல் பரவும் தெளிவு
சுகதுக்கம் எதுவென் றாலும்
  சொல்லுகின்ற அதீத அன்பு
அகந்தையை இழந்து நிற்கும்
  அந்தரங்கம்; என்ன சொல்ல?

பித்தெல்லாம் பிடித்த நிலைமை
  பிணக்கில்லாது நிகழும் தொல்லை
அத்வைதம் போல என்னை
  ஆட்கொண்ட தூல வடிவம்
செத்துவிட்ட மலரின் மீது
  சிருஷ்டிக்க வைக்கும் முத்தம்
கொத்தாக வழியும் கண்ணீர்
  குழப்பத்தில் கரைந்தே னம்மா

பாதையின் முடிவைத் தேடி
   பாதங்கள் களைப்ப துண்டு
காதைப்போய் முட்டும் போது
   கானங்கள் முளைப்ப துண்டு
வாதையில் வீழ்ந்து வீழ்ந்து
   வாவென்று அணைக்கும் சொற்கள்
போதைபோல் தோன்றும் ஆனால்
   புரிந்துகொள் அதுவே மோட்சம்

ஈர்ப்பென்று இதனைச் சொல்லி
   இதயத்தைச் சபிக்க மாட்டேன்
தீர்த்திடுக தாகம் என்று
   தீர்த்தமுனைக் குடிக்க மாட்டேன்
பார்ப்பதில் வேட்கை உண்டு
   பத்தடிநான் விலகி நின்று
கார்காலம் விரும்பா விட்டால்
   காளான்கள் முளைப்ப தேது?

ஊட்டிடும் தாயா? என்னை
   உலர்த்திடும் வெயிலா? ஊரைக்
காட்டிடும் பொழுதா? பாசக்
   கவிதையின் தொகுப்பா? வந்து
மீட்டிடும் இசையா? இல்லை
   மிதந்திடும் பனியா? உள்ளம்
கேட்கிற கேள்விக் கெல்லாம்
   கிடைக்காது பதில்கள்; முன்னம்

இப்படிநான் இனித்த தில்லை
இருமடங்கு குமைந்த தில்லை
முப்புறமும் துளிர்த்த தீயில்
முனையளவு கசிந்த தில்லை
அப்பழுக்கு எதுவும் இல்லா
அவஸ்தையில் விளைந்த தில்லை
சப்பரத்தைச் சுற்றும் பிள்ளை
சாமிமுகம் எதிலே பார்க்கும்?

நீசருடன் கொஞ்ச காலம்
நிம்மதியைத் தொலைத்தேன்; கட்டில்
ஆசையுடன் பருக வந்த
அருவருப்பில் களைத்தேன்; கொஞ்சிக்
கூசுகின்ற பேச்சில் என்னைக்
கூப்பிட்டுக் குறுக வைத்த
வாசகிகள் பலபேர் வாட்ட
வருந்தினேன் நேற்று வரையில்

வாழவே பிடித்தி டாமல்
வாடிநான் சிதைந்த போது
ஏழையாய்த் தெருக்கள் தோறும்
ஏங்கிநான் அலைந்த போது
கோழைபோல் எனக்குள் நானே
கொடுமையால் சரிந்த போது
தோழிநீ கிடைத்தி ருந்தால்
தொலைவுகள் குறைந்தி ருக்கும்

இருட்டிலே கிடந்த பொன்னை
இயல்பிலே உருக்கி இன்ப
நெருப்பிலே நகையாய் மாற்றும்
நிகழ்ச்சிக்கு என்ன பொருள்?
உறுப்பிலே காமம் கொன்று
உணர்விலே யாவும் வென்று
பிறப்பிலே கருணை காட்டும்
பிரியமுனைத் தொழுது நிற்பேன்.

முந்தானைச் சிலந்தி

மாந்தளிர் மேனி இல்லை
  மகிழம்பூ வாசம் இல்லை
கூந்தலில் வனப்பு இல்லை
கொவ்வையா உதடு? இல்லை
காந்தமா கண்கள்? இல்லை
  கைவிரல் பளிங்கு இல்லை
ஏந்திநான் புகழ உன்னில்
எதுவுமே இல்லை இல்லை

ஓடையின் நடுவே வீழ்ந்த
  ஓரிலை போல உந்தன்
தாடையில் சிறிய மச்சம்
தங்கின இரண்டு பருக்கள்
கூடையில் கிடக்கும் கனியின்
கொழுந்திபோல் இடதும் வலதும்
ஜாடையில் அழைப்ப தில்லை
சச்சரவுக் கொடுப்ப தில்லை

யோசனை செய்து பார்த்து
  யூகிக்கும் தோற்ற மில்லை
வாசனைத் திரவி யங்கள்
  வார்த்திடும் ஏக்கம் இல்லை
ஊசலைக் கொடுத்துப் போக
  உண்மையில் செழுமை இல்லை
மாசறு பொன்னே என்று
  மகிழநான் வழியே இல்லை

ராத்திரி அளந்து பார்க்கும்
  ரகசியம் இல்லை; நெஞ்சைக்
காத்திரப் படுத்து கின்ற
  கற்பனை வருவ தில்லை
நாத்திகம் போல கொஞ்சம்
  நம்பிக்கை விதைக்கும் உன்னில்
மாத்திரை அளவுக் கேனும்
  மலினமாய்க் கவர்ச்சி இல்லை

கிழிந்தயென் வீட்டுக் குள்ளே
  கிழமைபோல் நுழைந்தாய்; சின்னக்
குழந்தைபோல் சிரித்துக் கொல்லும்
  குறும்பிலே வளர்ந்தாய்; அன்புச்
சுழலிலே உருள வைக்கும்
  சுகங்களைக் குழைத்துக் குழைத்து
நிழலிலே தடவு கின்றாய்
  நிம்மதியைக் குதறிச் சென்றாய்

மூளையில் கூடு கட்டும்
    முந்தானைச் சிலந்தி; நீயென்
நாளையை வெளிச்ச மாக்கும்
    நான்கடி விளக்கு; நேசச்
சூளைக்கு ஏற்ற வெப்பம்
    சூரியனின் பெண்பால் விகுதி
வாளைப்போல் துளைத்தெ டுக்கும்
    வைகறையின் வசந்த லிபிகள்

உடைகளைச் சூடிக் கொண்டு
    உலவுகின்ற அமுதக் கோப்பை
நடைபெறும் கனிவுத் தேர்வில்
    நரம்புகள் போடும் மதிப்பெண்
குடைகளைத் தவிர்க்கப் பெய்யும்
    குறுந்தொகைத் தூறல்; முத்தக்
கடைகளை நடத்து கின்ற
    காப்பியச் சந்தை; நகர

வீதியை அமைதி யாக்கும்
    வேர்வைப்பூ; கதறக் கதற
சேதிகள் உரைத்துப் போகும்
    சித்தாந்தி; எனக்கும் சேர்த்து
வேதியல் காயம் ஏற்கும்
    வெற்றிலை; மேலும் சொன்னால்
ஆதியில் யாரோ உண்ட
    ஆப்பிளின் மிச்ச பாகம்

பூக்குழை அழகு என்று
    பொழுதெல்லாம் எழுதி னேனே
பாக்களை வடித்து நானும்
    பலரோடு உளறி னேனே
நோக்கமும் தெளிவும் இன்றி
    நொடிதோறும் குழம்பி னேனே
போக்கிரித் தனத்தைப் போற்றும்
    புலவனாய் இருந்த நானே

மெல்லிய உணர்வுக் கின்று
    மெலியவும் துணிந்து விட்டேன்
சல்லடை உறவுக் கென்னை
    சமர்ப்பிக்கக் குலைந்து விட்டேன்
வல்லின வடிவில் காதல்
    வாழ்வது இல்லை என்னும்
துல்லியம் புரிந்து கொண்டேன்
    துறவறம் இதுவே என்றேன்.

ஆத்ம வேள்வி

தப்பென்று நினைப்பதா? காமம்
தவறென்று வெறுப்பதா? தேகச்
சிப்பிக்குள் கிடக்கும் முத்தை
சேகரிக்க மறுப்பதா? வாழ்வை
அப்பிக்கொள் ஆடை நீக்கி
அதனாலே யாவும் கிட்டும்
வெப்பத்தைத் தணிக்கா விட்டால்
வேர்வையாய் வெந்நீர் வெட்டும்

அண்டத்தில் உள்ள தெல்லாம்
அனுபவிக்க தானே அன்றி
கண்வைத்து கலைக்க அல்ல
கனவுபோல் தொலைக்க அல்ல
வண்ணத்துப் பூச்சி போல
வட்டமிடு; கூடிக் களிக்க
உண்டுமெல்ல செழித்த யாக்கை
உண்பதால் சேதம் ஆகா

கரையில்லா ஆறு மோசம்
கணக்கில்லாச் செல்வம் மோசம்
நுரையில்லா ஆழி மோசம்
நுட்பமில்லா அறிவு மோசம்
திரையில்லாக் காட்சி மோசம்
தெய்வமில்லா பூஜை மோசம்
இரையில்லா மிருகம் மோசம்
இணையாத உடலம் மோசம்

காதுமடல் சிவக்கக் கண்டு
கைவிரல்கள் தகிக்கக் கண்டு
ஆதரவாய்க் கொஞ்ச நேரம்
அன்புருகப் பேசிக் கொண்டு
நூதனமாய்க் கிளர்ந்த மேனி
நுழைவாயில் எதிலே என்று
சாதகமாய்த் தேடி தேடி
சரசத்தில் தொலைதல் நன்று

படிப்படியாய் ஏறி; யாகப்
பறவைப்போல் மாறி; வாழ்வில்
அடிப்படைகள் புரிந்தி டாமல்
அணைப்பது குற்றம்; ஏக்கப்
படிப்பகம் போலப் பெண்ணைப்
பஞ்சணையில் புரட்டி டாமல்
மடித்தெடுத்து அவளைக் கொஞ்சம்
மார்போடு பரப்ப வேண்டும்

ஆடவனின் தேவை யாது?
ஆறுதலில் தீங்கு ஏது?
நாடகமாய்த் தோன்றி னாலும்
நரம்புகள் நடத்தும் சேட்டை
கூடலில் இரண்டு பேரும்
குழந்தைகள்; ஒன்றை ஒன்று
சூடமாய்க் கொளுத்திக் கொண்டு
சூட்சுமம் பயில்தல் சொர்க்கம்

சொல்லாத பெண்ணுக் குள்ளே
சூடான இடங்கள் எத்தனை?
பொல்லாத நாணம் வந்து
பூட்டிடும் சுகங்கள் எத்தனை?
நில்லாத நினைவுக் குள்ளே
நிறைவான சுரங்கள் எத்தனை?
செல்லமாய்த் தோற்கச் சொல்லி
சிலிர்க்கின்ற கணங்கள் எத்தனை?

அவசரத்தில் தீரும் ஆணின்
ஆவேசம் பெண்ணுக் கில்லை
துவங்கியதும் முடிந்து போக
தோதான செய்கை இல்லை
தவணைக்குப் படுத்துக் கொள்ளல்
தரமான கலவி இல்லை
அவயங்களில் முகிழ்க்கும் ஆசை
அதுபோல எதுவும் இல்லை

இரவுக்குப் பேதம் வேண்டாம்
   இருவர்க்கும் வேலி வேண்டாம்
பருவங்கள் தீரத் தீரப்
   பசியாற காலம் வேண்டாம்
உருவத்தைத் தாண்டிப் போகும்
   உணர்ச்சிக்கு நீதி வேண்டாம்
கருவத்தை வீழ்த்தும் காமம்
   கசப்பென்று நீக்க வேண்டாம்

முயலுக்குப் புல்வெளி; கொல்லை
   முருங்கைக்கு வௌவால்; பச்சை
வயலுக்கு வாய்க்கால்; பாலை
   வனத்துக்குத் தண்ணீர் போல
மயக்கத்தில் ஜீவன் ரெண்டும்
   மரித்துப்போய் திரும்ப வேண்டும்
தயக்கத்தைத் தவிர்த்து விட்டு
   தவறுகளில் அரும்ப வேண்டும்

இருப்பதைப் பகிர்ந்து உண்ணும்
   இல்லறம் சிரமம் இல்லை
செருக்குகள் அழிந்த பின்னே
   ஜெகத்திலே துயரம் இல்லை
திருப்தியா உனக்கும் என்று
   தேவியின் முகத்தைப் பார்த்து
விருப்பமாய்க் கேட்டால் போதும்
   விளங்கிடும் ஆத்ம வேள்வி.

ஆலிங்கனம்

இருக்கிறது ஜன்னல் எனினும்
இயல்பான காற்று இல்லை
இருக்கிறது விளக்கு எனினும்
இருட்டுத்தேர் நகர்வ தில்லை
இருக்கிறது ரோஜா எனினும்
இதழ்களில் மலர்ச்சி யில்லை
இருக்கிறது இதயம் எனினும்
இப்படிநான் உணர்ந்த தில்லை

என்னவோ செய்யச் சொல்லி
ஏங்கிடும் இதழே, உன்னைத்
தின்னவும் முடிவ தில்லை
திருத்தவும் விழிக ளில்லை
பின்னவா என்று கேட்கும்
பிடரியே, பெரிய தோளே
சன்னமாய்க் கரைந்து போகும்
சாதுர்யம் சொன்னால் என்ன?

உப்பிலா தேகத் தொட்டி
    உடைகளைக் கலைக்கச் சொல்லி
செப்படி வித்தைக் குள்ளே
    சிதறுண்டு கிடக்கும் என்னை
குப்பைபோல் ஒதுக்கித் தள்ள
    குமரிநீ விரும்ப வில்லை
தொப்பலாய் நனைந்த பின்னும்
    துடைத்திட விரல்கள் இல்லை

கொத்தாக மலர்ந்த என்னை
    கொஞ்சம்நீ உடைத்தா லென்ன?
முத்தநீர் பெய்து என்னை
    முழுதாகச் சிதைத்தா லென்ன?
வித்தாக நிமிர்ந்த என்னை
    வேராக்க துணிந்தா லென்ன?
பித்தோடு கிடக்கும் என்னைப்
    பிரியத்தில் வதைத்தா லென்ன?

இடப்பக்கம் இதயம் என்று
    எவன்சொன்னான்? எனக்கு மட்டும்
சுடுகின்ற இடத்தில் எல்லாம்
    சுரக்கிறதே இதயம்? மேலும்
கொடுயின்பம் என்றே கெஞ்சும்
    கொலைகார மனமே, நீபோய்
படுகொஞ்சம் என்று சொல்லும்
    பக்குவம் வருவ தெப்போ?

நடைவழிக் குறிப்பு போல
நங்கைஉன் நளினப் பேச்சை
இடைவெளி எதுவும் இன்றி
இருகாதில் ஏந்த ஆசை
சடைமுடி கோதிக் கோதிச்
சாய்ந்திடப் பெருகும் ஆசை
தொடைவரை பாயும் தீயில்
துணிகளைப் பொசுக்க ஆசை

அடைமழை நின்று போகும்
ஆசைகள் நிற்ப தேது?
இடைதசை நொந்து போகும்
இச்சைகள் முடிவ தேது?
கொடைதரும் கர்ணன் போல
கொடுப்பதே எனக்கு வேலை
விடைதரும் கடவுள் போல
விரும்புதல் உனக்குப் பெருமை

அணிந்தவுன் உடைகள் எல்லாம்
அழுதன துவைக்கும் போது
கனிந்தவுன் வனப்பை விட்டு
கலைகிற சோகத் தாலே
பணிந்தயென் பார்வை எல்லாம்
பயந்தன நிமிரும் போது
தணிந்தவுன் மேனி மீண்டும்
தகித்திட நேர்வ தாலே

பவித்திரம் நிறைந்த நேசம்
படுக்கையில் என்ன ஆகும்?
தவித்திடும் இதயக் கூடு
தாளிட நினைக்க லாமா?
அவிழ்ந்தபின் இறுகக் கட்ட
ஆடையா? ஆவி என்று
குவிகின்ற எண்ணம்; நாயாய்க்
குரைக்கிறது என்னைப் பார்த்து

சம்மதம் உனக்கு என்றால்
சங்கடம் எனக்கு இல்லை;
நம்மிடம் பதுங்கிக் கொள்ள
நடையாய் நடக்கும் இந்தச்
செம்மையை நினைத்துக் கொண்டே
சிரிக்கிறேன் என்ன செய்ய
அம்மையே அழைக்கும் போது
அடியவன் தவிர்க்க லாமா?

வேறேதும் வேண்டாம்; கண்ணே
விழிகளால் பார்த்தால் போதும்
சோறேதும் வேண்டாம்; நீயெனைச்
சுடச்சுடப் பருகு போதும்
நூறாண்டு வேண்டாம்; நானுன்
நொடியாக இருந்தால் போதும்
மாறாத சிநேகம் வேண்டும்
மற்றவை நேரில் சொல்வேன்.

கதைத்தல்

எத்தனை குழப்பம் எனக்குள்?
யாவிலும் தூள்தூளாகும்
பித்தனாய் கிடக்கின்றேனே
செத்தபின் வைக்கும் தீயைச்
சிரிப்பிலே மூட்டும் உன்னால்
மொத்தமாய் எரிகின்றேனே
முடிவின்றிச் சரிகின்றேனே

உன்னத நொடிகள் என்று
ஒருபுறம் வியக்கும் நானே
என்னது கொடுமை என்று
எரிச்சலில் உடைகின்றேனே
பின்னலைப் போலே நாளும்
பிரியத்தில் ஆட்டி வைக்கும்
இன்னலில் நீயும் நானும்
ஈன்றது கவலை தானே

நல்லவை தொடரும் என்று
நாம்கொண்ட அன்பு; வாழ்வைக்
கொல்கிற திசையை நோக்கி
குலைவது சரியா? ச்சீச்சீ
சொல்வதில் நூறு அர்த்தம்
சொல்லுக்குப் பெருமை, ஆனால்
கல்மிஷம் புகுந்த நேசம்
கடைசியில் அசிங்க மாகும்

வெற்றிடம் காற்றைச் சூழ்ந்தால்
விளைவுகள் இயற்கை; மண்ணில்
கற்றவர் தவறு செய்தால்
காரியம் கெடுமே, தோழி
நெற்றியில் திலகம் பூண்டால்
நிறையெழில் கூடும்; காசை
ஒற்றிட நினைத்து விட்டால்
உண்மைகள் உயிர்ப்பதில்லை

தங்கத்தை உரசிப் பார்த்து
தரத்தினை அறிதல் போல
அங்கத்தை உரசிப் பார்த்து
ஆராய்தல் அன்பே இல்லை
சிங்கத்தைத் தனக்குத் தோதாய்
சிரித்திடச் செய்தல் குற்றம்
சங்கிற்குள் கடலை வைக்கும்
சம்பவம் கெடுக்கும் நெஞ்சை

நில்லெனச் சொன்னால் நிற்க
நினைவுகள் அடங்கி டாது
கல்லிடம் விதையை வைத்தால்
காடுபோல் தழைத்தி டாது
வெல்லத்தை எறும்பு மொய்க்கும்
வேறென்ன நோக்கம் நட்பில்?
சில்மிஷம் தவிர்த்துப் பார்த்தால்
சிறப்பேதும் இதிலே இல்லை

தொட்டதும் பற்றிக் கொள்ள
துணிவது துரோகம் போல
கெட்டதும் உனக்கே யென்று
கிளர்வது விகாரம் போல
நட்டது முளைக்கும் என்று
நம்பலாம்; நீயும் நானும்
கட்டிலில் பகிர்ந்து உண்ண
கதைப்பது மேன்மை இல்லை

இல்லையே ஒருத்தி யென்று
ஏங்கிநான் தவித்த துண்டு
செல்லமாய் இருப்பா யென்று
சிந்தையில் மகிழ்ந்த துண்டு
அல்லலே உன்றன் அன்பை
ஆரநான் தழுவ எண்ணி
தொல்லையில் கிடப்ப தெல்லாம்
தூர்ந்திட வேண்டும், காற்றாய்

நகர்ந்துநீ போகா விட்டால்
நாளைக்கு இருக்க மாட்டேன்
மகரந்தம் தேடும் வண்டை
மலர்க்கரம் ஏற்ப துண்டோ?
முகங்களில் தெறித்த பண்பை
மூச்சுக்குள் செலுத்து கின்ற
அகந்தையே உன்னை இனிமேல்
அடியோடு ஜெயிக்க ஆசை.

நொம்பலச் சிந்து

நோயிலே வீழக் கூடும்
   நோன்பிலும் வீழக் கூடும்
பாயிலே பரத்தை யோடு
   படுப்பதால் வீழக் கூடும்
கோயிலே கதியென் றாலும்
   குருக்களும் வீழக் கூடும்
தீயிலே பரவும் விட்டில்
   திடும்என வீழக் கூடும்

ஆயிரம் செல்வம் சேர்த்து
   அணிகலன் பூண்ட போதும்
பாயிர நூல்கள் கற்று
   பக்குவம் பயின்ற போதும்
தாயிடம் அன்பு வைக்கா
   தலைமுறை வீழக் கூடும்
வாயினைக் கட்ட எண்ணா
   வார்த்தைகள் வீழக் கூடும்

தூளியில் ஆடும் பிள்ளை
   துன்பத்தில் வீழக் கூடும்
நாழிகை கழிந்த பின்னால்
   நல்லதும் வீழக் கூடும்
கோளினைச் சுற்றும் பூமி
   கோட்டையும் வீழக் கூடும்
தாளிலே பொறித்த சொற்கள்
   தப்பெனில் வீழக் கூடும்

வான்மழை வாங்கா விட்டால்
   வயல்வெளி வீழக் கூடும்
ஏன்எனக் கேட்கா விட்டால்
   எண்ணமும் வீழக் கூடும்
கூன்பிறை காணா விட்டால்
   கூதலும் வீழக் கூடும்
நான்அது தீரா விட்டால்
   நாளைகள் வீழக் கூடும்

நரம்புகள் அறுந்து விட்டால்
   நல்லிசை வீழக் கூடும்
குறும்புகள் கரைந்து விட்டால்
   கூச்சமும் வீழக் கூடும்
நிரந்தரம் எதுவும் இல்லை
   நிதர்சனம் வீழக் கூடும்
பிறந்தது வாழ்வ தற்கு
   பிணக்குகள் வீழக் கூடும்

ஆறிலே வீழக் கூடும்
அறுபதில் வீழக் கூடும்
நூறையும் தாண்டிச் சிலபேர்
நொடியிலே வீழக் கூடும்
பேரையும் புகழும் தேடி
பேதைகள் வீழக் கூடும்
ஊரையே வளைக்க எண்ணி
உழைத்தவன் வீழக் கூடும்

தேவைகள் தீர்ந்த பின்பு
தேடுதல் வீழக் கூடும்
பாவையின் அழகு, பார்த்துப்
பழகிட வீழக் கூடும்
யாவையும் அனுப வித்தால்
ஏக்கமும் வீழக் கூடும்
சாவைநாம் அழைக்கும் போது
சகலமும் வீழக் கூடும்

அந்திவரும் நேரம், கண்ட
ஆதவன் வீழக் கூடும்
தொந்தரவு நிரம்பும் போது
துணிவுகள் வீழக் கூடும்
சொந்தம்நமை விலகும் போது
சொப்பனங்கள் வீழக் கூடும்
வெந்துவிழி கருகும் வேளை
வியப்புகள் வீழக் கூடும்

நித்திய வடிவம் என்று
நிச்சயம் எதுவும் இல்லை
தத்துவப் பிதற்றல் போல
தரணியில் நிலையும் இல்லை
சொத்திலும் சூழ்ந்து வாழும்
சுகத்திலும் காணும் எல்லாம்
நித்திரை மயக்கம் என்னும்
நிகழ்ச்சியின் நிரலே ஆகும்

கொண்டது பாதி; வாரிக்
கொடுப்பதில் மீதி; நேரும்
சண்டையில் பாதி; செய்யும்
சடங்கிலே மீதி என்னும்
உண்மையை உணர்ந்து விட்டால்
ஒருபோதும் நடுக்க மில்லை
இன்மையைப் புரிந்து கொண்டால்
இருப்பதில் கலக்க மில்லை.

காலப்பெரு வெள்ளம்

ஆதியில் மனித மேனி
 ஆடையை உடுத்த வில்லை
நீதியும் நெறியும் பார்த்து
 நேர்வதைக் கணிக்க வில்லை
மாதமும் நாளும் வைத்து
 மாற்றத்தை இயக்க வில்லை
வீதிகள் தெருக்கள் இல்லை
வீடுகள் அறவே இல்லை

யோகியர் எவரும் இல்லை
யோசனை பகர வில்லை
ஆகம விதிகள் இல்லை
ஆண்டைகள் அடிமை இல்லை
மோகன முனகல் இல்லை
முற்பிறவிக் கதைகள் இல்லை
வாகன நெரிசல் இல்லை
வழிப்பறி கொள்ளை இல்லை

பாத்திரம் பண்டம் இல்லை
பத்தினி வேசம் இல்லை
சாத்திரம் சடங்கு இல்லை
சத்திரக் கூடம் இல்லை
மாத்திரை மருந்து இல்லை
மன்மதத் தவிப்பு இல்லை
வாத்தியார் வகுப்பு இல்லை
வகைக்கொரு வரியும் இல்லை

சில்லறைச் செருக்கு இல்லை
சிந்தனை முறுக்கு இல்லை
செல்லிடப் பேசி இல்லை
செல்வத்தைப் பெருக்க வில்லை
கொல்வதைப் புசித்து வாழ்தல்
குற்றமாய் இருக்க வில்லை
அல்லலை அணைத்துக் கொள்ளும்
அறியாமை மிதக்க வில்லை

காலப்பெரு வெள்ளம் ஒன்று
கரைகளைத் தகர்த்துக் கொண்டு
ஞாலமிதை நனைத்துப் போக
நடந்தன மாற்றம்; மனிதம்
ஓலமிடும் ஆந்தை போல
ஒப்பாரி வைக்கக் கண்டோம்
மூலவிதை முறிந்து போனால்
முளைக்காது செடியும் மரமும்

வசதியைக் கேட்டுக் கேட்டு
வாழ்வைநாம் இழந்து விட்டோம்
இசங்களை நம்பி, நாச
இலக்கியம் செய்தல் போல
அசதியை ஏற்றுக் கொண்டு
ஆனந்தம் துறந்து நின்றோம்
கசங்கலை உடுத்தத் தானா
கைத்தறி நெசவு செய்தோம்?

காகிதம் எதற்குக் கண்டோம்
கற்பனை கிறுக்கத் தானா?
கோகிலம் எதற்குக் கண்டோம்
கொண்டுபோய் மறைக்கத் தானா?
இலாகிரி எதற்குக் கண்டோம்
இலட்சியம் குறைக்கத் தானா?
புரோகிதம் எதற்குக் கண்டோம்
புதுமையை மறுக்கத் தானா?

நாடுகள் எதற்குக் கண்டோம்?
நடுவிலே எல்லை போட
கூடுகள் எதற்குக் கண்டோம்?
குவலயம் குன்றிப் போக
மேடுகள் எதற்குக் கண்டோம்?
மெலிந்தவர் தடுக்கி வீழ
மூடுதல் எதற்குக் கண்டோம்?
முடிந்தவர் திறந்து காண

மசக்கையில் சாம்பல் உன்னை
மகப்பேறு கேட்டல் போல
கசப்பினை ஏற்கத் தானோ
கடவாயை அகலச் செய்தோம்?
வசப்படும் யாவும் என்று
வன்தொழில் புரிந்த தாலே
தசையிலே அழுக்குச் சேர்த்தோம்
தக்கதை முழுக்குப் போட்டோம்

மகத்துவம் எதிலே எனநாம்
மதத்தினை வகுத்த தீங்கால்
முகத்திரை அணிந்து நின்றோம்
முழுநிலா பகலில் என்றோம்
பகட்டினில் பொழுதைக் கற்றோம்
பார்வைக்கு இமையை விற்றோம்
நகத்திடம் லஞ்சம் வாங்கி
நறுக்கினோம் விரலை மெல்ல

இந்திர லோகம் வேண்டி
எமனுக்குத் தூது சொன்னோம்
தந்திரம் முழுதும் வெல்ல
தழும்புகள் கோடி பெற்றோம்
சொந்தமாய் மரித்துப்போகச்
சூனியம் பழகிக் கொண்டோம்
பந்தியில் இடம்பி டிக்க
பதார்த்தத்தைத் தவற விட்டோம்

வந்தவை போதா தென்று
வறுமையை மேலும் உற்றோம்
சிந்திய ஆசை யாலே
சீர்பெற மறந்து போனோம்
தொந்தியை வளர்த்துக் கொண்டு
தொடர்ந்திடும் மோகப் பேயால்
மொந்தையில் கள்ளைத் தேடும்
மூர்க்கனாய் மாறிப் போனோம்.

தைலவாடை

பக்கத்தில் இருக்கும் நொடியில்
　　பார்வதி; பாசத் தோடு
கக்கத்தில் சுமக்கும் பொழுது
　　காபந்து செய்யும் அன்னை
முக்கத்தில் சிரித்துப் போகும்
　　முப்பாலின் குடுவை; ஆசை
செக்கிற்குள் என்னை ஆட்டும்
　　செண்பகப் பூவின் தங்கை

கடவாயில் என்னை மெல்லும்
　　காயகல்பம்; இதழ்கள் எழுதும்
தொடர்கதை; சுருங்கச் சொன்னால்
　　தொகுக்காத மர்ம நாவல்
வடலூரும் காணா ஜோதி
　　வகுப்பறையில் வழியும் தூக்கம்
அடங்காத பருவக் காய்ச்சல்
　　ஆடாத இளமைத் தொட்டில்

நூல்களே பயிலும் நூற்பா
நுணாமர நிழலின் ஜோடி
கால்கொண்ட புடவைத் தோப்பு
கம்பனே அறியா சீதை
வேல்விழி விருந்துக் கூடம்
வேட்டைக்குத் தகுந்த விரதம்
பால்நெடி அடிக்கும்மேனி
பசித்தவன் விரிக்கும் மெத்தை

காமனின் காமா லைக்குக்
கண்டெடுத்த கீழா நெல்லி
தாமரைக் குளத்துக் குள்ளே
தண்ணீரின் சிணுங்கல் நடனம்
பாமர உதட்டுக் கேற்ற
பழகுதமிழ் பாடத் திட்டம்
ஆமென யாரும் ஏற்கும்
ஐயிரு மாதத் தீர்ப்பு

வாயிலில் நடக்கும் கோலம்
வாலிபப் பறையின் ஓசை
தேயிலை பருகும் பானம்
தெம்மாங்குப் பாட்டின் தாளம்
பாயிலே படுக்கும் தோகை
பத்தினி சமைத்த சோறு
சாயலில் மங்கல வைபவம்
சந்திரனின் சயன விடுதி

இரவுகளின் தைல வாடை
இலக்கியத்தின் சாந்தி முகூர்த்தம்
கரவொலியின் கனத்த மவ்னம்
காசியிலும் கிடைக்கா தீர்த்தம்
நிரந்தர ரட்சகி; காண
நெட்டையாய் வளர்ந்த முல்லை
ஜரிகையில் நெய்த வெண்பா
ஜனங்களின் வேடந் தாங்கல்

புலன்களின் புதையல்; காதல்
புலவர்களின் வர்ண மெட்டு
கலப்பில்லா ஒட்டு மாங்காய்
காவிரியின் நுரைத்த போக்கு
அலுப்பில்லா அரசு வேலை
அடிமைகளின் கோபக் கங்கு
கொலுவைக்க முடியா பொம்மை
குழந்தையில் கிடைத்த ஞானம்

பரம்பொருளின் பயணச் சீட்டு
படைத்தவனே கிறங்கும் கவிதை
சிரம்தாழ்த்த நேரும் சேதி
சித்தன்ன வாசல் கூரை
வரப்போகும் திருநாள் வாழ்த்து
வழக்கொழிந்த சமயச் சடங்கு
நிரம்பாத நினைவுக் கேணி
நெருப்பின்றிக் கசியும் ஒளிநீ.

உறுத்துவன

மலர்வனத்தில் காட்டுக் கருவை
மயானத்தில் மல்லிகைக் கன்று
சிலைகள்மேல் சிலந்திக் கூடு
சிறுவர்களின் கெட்ட வார்த்தை
கொலைக்களத்தில் நடக்கும் பிரசவம்
கொஞ்சுகையில் குத்தும் மீசை
நிலைப்படியில் கிடக்கும் நாளிதழ்
நெற்றியிலே கரைந்த குங்குமம்

அசைவத்தில் கீரை; பெரிய
அரங்கத்தில் கேலிப் பேச்சு
இசைப்பாட்டில் இருமல் சப்தம்
இந்தியாவின் ஒலிம்பிக் தோல்வி
பசுமாட்டின் நீண்ட கொம்பு
பரத்தையின் தாலிச் சரடு
கொசுவர்த்திச் சுருளின் வீச்சம்
கூப்பிடாமல் நுழைந்த கோபம்

திரைப்படத்தில் ரெட்டை அர்த்தம்
திருடனின் ஜாமீன் மனுக்கள்
சுரைக்காயைக் கொத்தும் கழுகு
சூர்ப்பனகை மூக்கின் வடிவு
குரைக்காத நாயின் உறுமல்
குடும்பத்தில் தொடரும் சண்டை
முறைக்காத அழகுப் பெண்கள்
முதியோரின் விதண்டாவாதம்

பணக்காரர் செய்யும் தானம்
படித்தவர்கள் வாங்கும் லஞ்சம்
கிணற்றருகே படிந்த பாசி
கிழிந்துபோன மதிப்பெண் சான்று
மணமேடை மறைவில் விதவை
மனசில்லாமல் செய்யும் வேலை
உணவிலே கிடக்கும் ரோமம்
ஊதாரியின் திடீர் பொறுப்பு

மெத்தைமேல் அழுக்குத் திட்டு
மிருகங்களின் புணர்வுக் காட்சி
புத்தகத்தில் எழுத்துப் பிழைகள்
புயல்வருமுன் காணும் அமைதி
உத்திரத்தில் விழுந்த ஓட்டை
உடன்பிறந் தோர்செய்யும் துரோகம்
சத்குருவின் காம சேஷ்டை
சாந்தமிலா இலங்கைத் தீவு

நதிக்கரையில் கிடக்கும் கொலுசு
நவீனத்தில் தெரியும் இருண்மை
மதிப்பவர்கள் பார்க்கும் ஜாதி
மரணவீட்டில் நடக்கும் பந்தி
எதிர்வந்த பழைய காதலி
யாருமிலா வணிக வளாகம்
முதிர்கன்னி அணியும் ஒப்பனை
முறிந்துபோன வயலின் கைப்பிடி

அர்ச்சனைக்கு வைக்கும் காசு
அடுத்தவர்மேல் பரப்பும் வதந்தி
சர்க்கரையில் கலந்த சுண்ணம்
சலித்துவிட்ட செல்போன் அரட்டை
நிர்ப்பந்தப் படுத்தும் நேசம்
நீரிழந்த குளத்தில் வீடு
துர்நாற்றம் அடிக்கும் ஆடை
தோற்றவரின் தட்டிக் கொடுத்தல்.

இல்லவே இல்லை கண்ணீர்

பூசையில் குறைவைத் தோமா?
புகழ்வதில் குறைவைத் தோமா?
ஆசைகள் அலங்க ரிக்கும்
அன்பிலே குறைவைத் தோமா?
ஈசனே உனக்கு நாங்கள்
எதிலேனும் குறைவைத்தோமா
பாசமாய் எழுந்த தீயே
பறித்ததேன் பிள்ளை உயிரை?

ஆடொன்று இறந்த தென்றால்
ஆறுநாள் துக்கம்; வளர்த்த
மாடொன்று மரித்துப் போனால்
மாதத்தில் சிலநாள் துக்கம்
நாடாளப் பிறந்த பிள்ளை
நடமாட இல்லை யென்றால்
ஈடாக அழுது தீர்க்க
ஈரேழு ஜென்மம் தேவை

கொசுக்கடி பட்டால் கூட
  கொதித்திடும் பிள்ளை; மேனி
பொசுங்கியே போன தென்று
  புலம்பிட வைத்த தேனோ?
பசிப்பதை உரைக்கும் போது
  பால்முகம் மலரும் பிள்ளை
விசித்திரத் தீயே உன்னால்
  வேருடன் சாய்ந்த தேனோ?

கேட்பதை வாங்கித் தந்தால்
  கேட்காமல் முத்தம் சிந்தும்
வீட்டிலே தேங்கச் சொன்னால்
  விளையாடத் திண்ணை செல்லும்
ஊட்டினால் போதும் என்று
  ஓடிப்போய் மறையும் பிள்ளை
காட்டிலே சாம்ப லென்றால்
  கடவுளே ஒழிந்து போ போ

ஆரத்தி எடுத்த கையே
  ஆனந்தம் அறுத்த தேனோ?
பாரத்தைக் கொடுத்த பாவம்
  பாடையை விரித்த தேனோ?
யாரின்னும் பிழைப்பா ரென்று
  யாருக்கும் தெரியவில்லை
ஊரெங்கும் சாமி நின்றும்
  ஒன்றுமே உதவ வில்லை

செல்வமாய்ச் சேர்ந்த பிள்ளை
செலவழிந்து போனதாலே
பொல்லாத பள்ளிக் கூடம்
புதைகுழி ஆனதாலே
கல்வியே எமனாய் வந்த
காரணம் புரிவ தற்கு
இல்லவே இல்லை கண்ணீர்
இதற்குமேல் அழுவ தற்கு.

2004 குடந்தை பள்ளி தீ விபத்து

தலையெழுத்து

பாட்டெழுத வருக என்றால்
பணப்பையை நிறைக்கும் நோக்கில்
காட்டுகின்ற காட்சிக் கெல்லாம்
கவியெழுதிக் கிடந்த என்னை
பாட்டரசன் சபைக்க ழைத்து
படைத்திடுக வாழ்த்து என்றே
கேட்டீர்கள் என்ப தாலே
கிறுகிறுத்துப் போனே னய்யா

ஆண்டுகள் பலநூ றாக
அபலைகண்ட பட்டி னிக்கு
நீண்டதொரு இலைவி ரித்து
நெய்ச்சோறு இட்டதே போல்
காண்கின்றேன் உங்கள் கையின்
கைத்தட்டு விருந்து ஓம்பல்;
ஈன்றதாய் அகமே மகிழும்
இனியநாள் இதுவே ஆகும்

பூப்படையாக் கவிதை யோடு
புகழ்தேடித் திரியும் இந்த
யாப்புக்குத் தாய்த கப்பன்
யாரென்று கேட்கா தீர்கள்
தோப்புக்குள் விழுந்து விட்ட
தூயவிதை; கம்பன் என்னும்
சீப்புக்குள் சிக்கிக் கொண்ட
சிறுமுடிநான் உதிரு கின்றேன்

கட்டிலுக்கும் தாவ ணிக்கும்
கண்ணில்கண்ட அத்த னைக்கும்
வெட்டித்தமிழ் எழுது கின்ற
வேலைக்கு நடுவே கொஞ்சம்
தொட்டிலுக்குத் திரும்பி வந்த
துணிவோடு தொடங்கு கின்றேன்
தொட்டெடுக்க அன்னைத் தமிழே
துணைவந்தால் துயரம் இல்லை

கடைக்குட்டி நானே, என்றன்
கருத்துக்குச் செவிகள் பூப்பீர்
தடைப்பட்டு எங்கும்ஓடா
தமிழுக்குப் புனிதம் சேர்ப்பீர்
இடையிடையே இடைஞ்சல் செய்ய
இருமல்போல் எதுவந் தாலும்
முடியட்டும் கவிதை எனவே
மூச்சுக்குள் சிறையி ருப்பீர்

கழகத்தில் தோன்றும் ஆட்சி
கழகமிது கம்பன் தேசம்
பழக்கத்தில் தோன்றும் பண்பு
பாடுமிந்த மேடை சாட்சி
கிழக்குபல அமர்ந்து விட்டு
கீழிறங்கிப் போன தாலே
கிழமைகளில் இன்றெ னக்கு
சனியல்ல, சாதனை தேதி

சும்மாவே இருப்ப வர்க்கும்
சுகமான கவிதை தோன்ற
கம்பனது லேகி யத்தைக்
கலந்துநிதம் குடித்து வந்தால்
மும்மடங்குத் தமிழ்உ வந்து
முற்றத்தில் ஊஞ்சல் கட்டும்
சம்மதித்து உலகம் அன்பைச்
சரஞ்சரமாய் மனதில் வைக்கும்

ஊரியல்பு நாட்டின் இயல்பு
உரைக்கின்ற காவி யங்கள்
பேரியல்பு கொண்ட கம்பன்
பெருமைக்கு நிகரே இல்லை
தேரியல்பு தெருவின் இயல்பு
தெவிட்டாத திசையின் இயல்பு
நீரியல்பு நெருப்பின் இயல்பு
நெருக்கமான மொழியின் இயல்பு

யாரியல்பும் போலில் லாத
 எளிமையான தனித்த இயல்பு
நாரியல்பை மறைத்து வைக்கும்
 நறுமண மலரின் இயல்பு
சீரியல்பு; செதுக்கி வைத்த
 செந்தமிழின் சிற்ப இயல்பு
வேரியல்பை விலகிப் போக
 விழுதுடைய உண்மை இயல்பு

காற்றுக்கு ஜன்னல் என்னும்
 கதைபேசும் உயிருக் கெல்லாம்
ஆற்றொழுக்கு மிக்க அவனே
 அதிசயத்தேன் பிழிந்து வைத்தான்
நேற்றடித்த மழையில் மெல்ல
 நிலைகொண்ட தளிரைப் போலே
ஈற்றடிகள் எடுத்துச் சொல்லும்
 இலக்கியத்தின் தலையெ முத்து

ஊற்றிடம் நீரை வாங்கி
 உறிஞ்சுகின்ற நாவுக் கெல்லாம்
போற்றுகின்ற பாக்கி யத்தைப்
 புவியிலே அவனே தந்தான்
சீற்றத்தைச் சிறிய ஓடை
 சிறப்பிக்க முடியா தென்பேன்
மாற்றத்தை அவன் எரித்தான்
 மற்றவர்கள் வாழ்வ தற்கு

ஒருவனுக்கு ஒருத்தி என்னும்
உயர்ந்ததொரு மந்தி ரத்தை
இரும்பெடுத்துப் பொறித்தது போலே
இயற்றியவன் கம்ப நாடன்
அருப்பெடுத்து தமிழ்மு டிந்த
அந்தத்திரு கைக ளாலே
பிரம்பெடுத்தும் சிலஇ டத்தில்
பிள்ளைகளைத் திருத்து கின்றான்

பாசத்தைக் காட்டு தற்கும்
பக்கத்தில் இருந்த படியே
நேசத்தைக் காட்டு தற்கும்
நினைவுகள் தவறிப் போனோர்
மோசத்தைக் காட்டு தற்கும்
முடிந்தவரை உறவு போடும்
வேசத்தைக் காட்டு தற்கும்
விருப்பங்கள் பாயப் பாய

தேசத்தைக் காட்டு தற்கும்
தெய்வநிலை எய்தும் நல்ல
வாசத்தைக் காட்டு தற்கும்
வழிமாறும் இளைய தோழன்
நாசத்தைக் காட்டு தற்கும்
நன்றிவழி நாமும் உணர
பாஷைக்கு உயிர்க்கொ டுத்த
பரமாத்மா கம்ப நாடன்

காதலுக்கே மதிப்பு மண்ணில்
கம்பனால் கிடைத்த தன்றோ?
நாதனுக்குச் சீதை மீது
நல்லன்பு முகிழ்க்கா விட்டால்
மோதலின்றிப் போயி ருக்கும்
முன்னிருந்த வில்லின் செருக்கு
வாதத்துக்கு வரவே வேண்டாம்
வாசித்துப் பார்த்தால் புரியும்

மீட்கவைத்த நெருப்பு இன்னும்
மீளாமல் ஈழத் தாயை
போட்டெரிக்கும் நிலையில் நெஞ்சு
பொசுங்காமல் என்ன செய்ய?
தோட்டாக்கள் மழையாய்த் தூவ
துரோகங்கள் அரசை ஆள
வாட்டத்தில் கிடக்கின் றோமே
வருந்தாமல் என்ன செய்ய?

மேற்குலகு கிழக்கை வந்து
மிரட்டுகின்ற சோகம் உற்றும்
தோற்பதிலே வெறிநாம் கொண்டு
துவள்கிறோமே என்ன செய்ய?
நாற்புறமும் தீமை சூழ
நடுக்கத்தில் நலிகின் றோமே
பாற்கடலில் சுனாமி போல
பதைக்கிறோமே என்ன செய்ய?

விளம்பரத்தில் வீழ்ந்து விட்ட
வேடிக்கை மனிதர் செய்யும்
அளப்பரிய அவஸ்தை யாலே
அனுதினமும் அழுகின் றோமே
தழும்புகளே உடலாய் மாற
தலைகுனிவு எதிரே நிற்கும்
களிம்பிடவும் தடைவி திக்கும்
கவர்மெண்டு இன்னோர் பக்கம்

அரசன்புகழ் பாடப் போந்த
அவையிலே எதற்குச் சண்டை?
உரசலுக்கு அஞ்சி நொந்து
ஒதுங்குவோர் நாமா? இல்லை
கரங்களைக் குவித்து நின்றால்
காடென்ன மலைகள் என்ன?
நிரந்தர இருட்டைக் கொல்ல
நிகழ்த்துவோம் புதிய போரை.

கம்பன் கழகம்

நினைவலை

பனைமரத்து நிழலே; எங்கள்
பாதைகளின் சுவடே; காலச்
சுனையெழுந்து பெருகி ஓடும்
சூரியனின் கர்ப்பத் தீவே
நினைவெல்லாம் உன்னைத் தாங்கி
நிற்கின்ற நானோர் அகதி;
முனைமழுங்கிப் போகா ஊசி
முன்வருவேன் உறவைத் தைக்க

பாடங்கள் பயின்ற கூடம்
பாழடைந்து போச்சா? நட்பு
ஓடங்கள் குளித்த ஆறு
உருக்குலைந்து போச்சா? நாளும்
சூடங்கள் கொளுத்தி வைத்து
ஜோதியிலே செய்த பூசை
மாடங்கள் இடிந்து போச்சா?
மாடுகன்று மரித்துப் போச்சா?

வாயிலிலே மேய்ந்த கோழி
வலுவிழந்து செத்துப் போச்சா?
சேயெழிலில் மகிழ்ந்த திண்ணை
சிதையுண்டு போச்சா? இன்பத்
தாயவளின் மார்புக் கூட்டில்
தங்கிக்கண் விழித்த வீட்டு
நாய்கூட இறந்து போச்சா?
நடவுசெய்த காணி போச்சா?

கொலுசொலி புரண்ட தெருவின்
குதிகால்கள் குன்றிப் போச்சா?
சிலுசிலுத்த பறவைக் கூடும்
சிற்றெறும்பின் வாழ்வும் போச்சா?
கொலுவிருந்த பொம்மை போச்சா?
கொய்திருந்த செம்மை போச்சா?
நிலுவையிலே ஏதும் இன்றி
நிரந்தரமாய் எல்லாம் போச்சா?

அம்புலியைக் காட்டி எங்கள்
அன்னையிட்ட அமுதம் போச்சா?
கம்பளிக்குள் சுருண்டு கொண்ட
கார்காலக் கனவும் போச்சா?
வெம்படகும் கரையும் போச்சா?
வெள்ளந்தி நுரையும் போச்சா?
செம்பருத்திச் செடியும் பூவும்
சீரழிவில் தொலைந்து போச்சா?

அத்தனையும் இழந்து விட்டு
　அந்நியனாய் வேற்று மண்ணில்
எத்தனைநாள் கழியும் என்று
　ஏங்குகின்ற உயிரே உன்னைப்
பத்திரமாய்க் காக்க வேண்டும்
　படைக்கின்னும் ஆட்கள் தேவை
கொத்துகின்ற கோரப் பகையை
　குழிதோண்டிப் புதைக்க வேண்டும்

அடுக்கடுக்காய் இழந்த தெல்லாம்
　அவனிக்கும் தெரியும்; எங்கள்
விடுதலைக்குக் கொடுத்த வேர்வை
　வீணருக்கும் தெரியும்; வெப்பத்
துடுப்பெடுத்துக் கடலை வென்ற
　தொல்லைகளும் தெரியும்; வானை
நடுங்கவைக்கும் ஊர்தி செய்த
　நம்பிக்கை எவர்க்கும் தெரியும்

பிறந்ததால் வாழ்வோம் என்று
　பித்தர்கள் உலகில் உண்டு
மறப்பதால் அமைதி என்னும்
　மாயத்தில் உழல்வோர் உண்டு
இறவாமல் நாமி ருப்போம்
　இனமீட்சி தீபம் ஏற்ற
பெறப்போகும் வெற்றி நாளை
　பிள்ளையர்க்கு எடுத்துச் சொல்ல

அரசமரம் சுற்றி; அந்த
ஆண்டவனை வேண்டி எம்மை
பிரசவித்த தாயை மீட்க
பிழைத்திருப்போம் வேட்கை யோடு
வரப்போகும் விடியல் காண
வைத்திருப்போம் எங்கள் விழியை
சிரமங்கள் எதுவந் தாலும்
சேர்ந்திருப்போம் சாவோ மில்லை.

ஞானக்கீற்று

எண்ணிடக் கனவில் லாமல்
எப்படி இரவு போகும்?
திண்ணிய மனமில் லாமல்
தீர்வுகள் குழப்ப மாகும்
புண்ணியத் தலமில் லாமல்
பூசைகள் நடப்ப தேது?
நுண்ணிய அறிவில் லாமல்
நுழைந்திடும் புதுமை யேது?

பற்றிட நெருப்பில் லாமல்
பரவுமா உலையில் சூடு?
கற்றிட நினைப்பில் லாமல்
கதறுதல் உலகின் கேடு
சுற்றிட திசையில் லாமல்
சுருங்குதல் முடவர் பாடு
வெற்றிடம் காற்றைச் சேரும்
விரக்தியே வாழ்வின் ஊனம்

முள்ளிடம் இருக்கும் பூவை
   முயற்சியே பறிக்கும்; புளித்த
கள்ளிடம் இருக்கும் தீங்கை
   கருணையே தடுக்கும்; நீரைக்
கொள்ளிடம் தனக்குள் ஏந்தி
   கொடுக்குமே வயலுக் கதுபோல்
வள்ளுவம் நமக்கு நாளும்
   வழங்கிடும் ஞானக் கீற்றை

அன்னையின் வயிற்றுக் குள்ளே
   அக்கினி முளைத்த போது
புன்னகை தெறித்து மெல்ல
   புடைக்குமே புடவை அதுபோல்
தென்றலும் காடும் மலையும்
   தென்படும் முன்னே, வாழும்
அன்பினை வடித்துச் சென்ற
   அய்யனே தேவ தூதன்

எத்தனை சுகங்கள் உண்டு
   இப்பெரும் நானி லத்தில்
அத்தனை பெறவும் நமக்கு
   அவசியம் அறவோர் சுருதி
புத்தியில் கணிப்ப தெல்லாம்
   பூமியில் பெரிதே இல்லை
தத்துவம் வேறு வேண்டாம்
   தமிழனே குறளை ஓது.

அரசியல்

குள்ளநரி சிங்கத் தோடு
 கூட்டணி வைத்துக் கொண்டால்
வெள்ளைநிறம் ஊதா வோடு
 விருப்புடன் சேர்ந்து கொண்டால்
உள்ளமதை உணர்ந்து கொள்ளும்
 ஊருக்குக் கெட்ட காலம்
கள்ளத்தனம் கொடியைக் கட்டும்
 கரன்சிதான் கொள்கைத் திட்டம்

அம்மாதான் தெய்வம் என்றோர்
 அறிக்கையைக் காலை சொல்வார்
சும்மாதான் உரைத்தேன் என்று
 சுடச்சுட மாலை சொல்வார்
பம்மாத்துப் புரியும் கூட்டம்
 பாடையிலே நாட்டை ஏற்றும்
கும்மாளம் போட்டு நம்மை
 குட்டிச்சுவர் ஆக்கிக் காட்டும்

எதிர்க்கட்சி ஆளும் கட்சி
எக்கட்சி ஆனால் என்ன?
மதிகெட்டுத் திரியும் மந்தை
மனசாட்சி பார்ப்ப தில்லை
மிதிபட்டு வாழும் மக்கள்
மீளவும் வாய்ப்பே இல்லை
விதிவிட்ட வழியை நம்பி
வீழ்ந்திடும் நிலைமை கொடிது

தலைவலி காய்ச்சல் போல
தவறுகள் எளிதாய்த் தோன்ற
கொலைவெறி கும்பல் கையில்
கொடுத்திட்டோம் பொறுப்பை; வைத்த
சிலைமீது காக்கை எச்சம்
சிந்தித்தா போடும்? அதுபோல்
நிலைகெட்ட கயவர் எல்லாம்
நிற்கின்றனர் தலைமை ஏற்று

கடைத்தெரு முழுக்கத் தன்னை
கட்டவுட்டாய் நிறுத்தச் சொல்லி
கிடைக்கிற சுவரில் தன்பேர்
கிறுக்கியே புகழச் செய்து
அடைக்கலம் ஆன தொண்டன்
அடிவயிற்றில் கையை வைக்கும்
குடைசாய்வு நிகழ்வ தேனோ?
குழையறுப்பும் சைவம் தானோ?

மேடையில் வீரா வேசம்
      மேசையில் தியாக நூல்கள்
தாடையில் கையை வைத்து
      தருகின்ற புகைப்ப டங்கள்
சோடைகள் சூழ்ச்சி யாலே
      சோபாவில் அமர்ந்து கொள்ள
கோடையிலும் செருப்பில் லாமல்
      குமைகிறோம் வாழ்வை நொந்து

அறத்தோடு உந்தித் தன்னை
      அர்ப்பணித்த மனித நேயன்
புறத்திலே கிடப்பான்; அவனை
      புரட்டுவார் யாரும் இல்லை
மறந்துநாம் போவ தாலே
      மங்குமோ? ஜீவ சிற்பம்
திறந்துநாம் பார்க்கா விட்டால்
      தீயுமோ? முத்துச் சிப்பி

பரம்பரை தோஷம் போல
      பாவிகளின் சட்டைப் பையில்
அரசியல் சிக்கிக் கொள்ள
      அவஸ்தையில் உழலு கின்றோம்
மரபிலே தேவை மாற்றம்
      மரக்காலை மட்டும் அல்ல
சரக்கிலும் தேவை புதிது
      சமதர்ம கோஷம் நமது

அப்பளம் நொறுங்கக் கூடும்
    அதன்மீது விரலை வைத்தால்
உப்பளம் சரியக் கூடும்
    உரியநீர் மேலே பட்டால்
கப்பலும் கவிழக்கூடும்
    கடுகளவு ஓட்டை என்றால்
தப்புகள் தீரக் கூடும்
    தகுந்தவர் முன்னே வந்தால்

உழுதவன் கணக்கில் இன்னும்
    உமிகூட சேர வில்லை
அழுதவன் கணக்கில் கொட்டும்
    அடைமழை ஓய வில்லை
பழுதுகள் நீக்கா விட்டால்
    பயன்பாடு பஞ்சாய்ப் போகும்
விழுதுகள் துணியா விட்டால்
    வேரிலே நஞ்சே சேரும்.

அரசியல் பேசாதீர் என
அரசியல் செய்யும்
டீக்கடை வறிக்கிகளுக்கு

நொண்டிக்காவடி

காசியூர் ரங்கம்மாள் விருதுபெற்ற நூல்
2006

நற்செய்தி
அபிலை சரவணன்

ஆயிரக்கணக்கானவர்கள் கைதட்ட.. அந்தத் திடலே வெறிபிடித்து நிற்கிறது. ஆடம்பரமான அலங்கார விளக்குகள் ஒளிர சிறப்புப் பேச்சாளர் ஆவேசமாகப் பேச.. நடந்துகொண்டிருக்கிறது ஓர் அரசியல் கட்சியின் பொதுக்கூட்டம். கொசுக்கள் சுற்றும் டியூப் லைட்டின் ஓரமாக ஒதுங்கி நானும் அவனும் பேச்சைக் கேட்கிறோம்.

நாடு நாசமாப் போச்சு என உரத்த குரலில் பேச்சாளர் கத்த.. திடலே உறைந்துபோய் பேச்சாளரைப் பார்க்கிறது. நாங்கள் ஒருவரையொருவர் பார்த்துக் கொள்கிறோம். அவன் மெல்லச் சிரிக்கிறான். இருவரும் திடலை விட்டு விலகி நடக்கிறோம். வெகுநேரம் மௌனமாகவே கழிய.. எங்களைக் கடந்து வேகமாகப் போகிறது கட்சிக்கொடி கட்டிய வாகனமொன்று. தூரத்தில் கேட்டுக் கொண்டிருக்கிறது சப்த உளறல். அன்றைய இரவு இருவரும் பேசாமலேயே விழித்திருந்தோம். பிறகு, எனையறியாமல் நான் தூங்கிப்போயிருந்தேன்.

காலையில் விழித்தபோது பார்த்தேன்.. கால் மடக்கி வெறித்துப் பார்த்தபடி யுகபாரதி எழுதிகொண்டிருந்தான். அவனைச் சுற்றிலும் கிடந்தன கசங்கிய காகிதங்கள். ஒரு நூற்றாண்டுக்கால மௌனம் கரையுடைந்து பொங்கிப் பிரவகிக்கும் தீவிரம் அவன் பேனாவிலிருந்தது. அது

கடந்து பத்து வருடங்களுக்குப் பிறகு, நொண்டிக் காவடியைப் புரட்டினேன்.

கழிவறை வாசலில் பீடி புகைத்துக்கொண்டு காத்திருக்கும் முகம். விழாக்கால ரயிலில் முன்பதிவு செய்யாத பெட்டியின் கூட்ட இடிபாட்டில் சிக்கிப் பயணிக்கிறவனின் சிவப்பேறிய கண்கள். திரையரங்கக் கவுண்டரில் தலைமீதேறி டிக்கெட் எடுக்கும் லுங்கி வழித்து நிற்பவனின் துணிச்சல்.

நிலா பார்த்துப் பாடும் ட்ரைசைக்கிள் ஓட்டுபவனின் ராக்கால போதை. தெருவழியே போகும் சாமிப்புறப்பாட்டை ஜன்னல் வழியே பார்க்கும் முப்பது வயதானவளின் வெப்ப மூச்சு.

அடுத்த வாடிக்கையாளனின் வருகைக்காகக் காத்திருக்கும் ஆம்பிளைச் சட்டையணிந்த அவளின் பொழுதுகள். மின்சார ரயிலில் புல்லாங்குழல் வாசித்து பிச்சையெடுக்கக் கை நீட்டும் குருடனின் கைரேகை.. மண்ணெண்ணெய் தீர்ந்த ஸ்டவ்வை வெறித்துப் பார்க்கும் ஒண்டுக் குடித்தன பெண் பிள்ளைகளின் கண்ணோரம் கசிந்திருக்கும் ஈரம். வளையல் உடைபட.. குங்குமம் அழிபட எங்கிருந்தோ புறப்படும் தேம்பலை அடக்கமுடியாமல் தவிக்கும் விதவையின் தொண்டைக்குழி.

திரும்பத் திரும்ப ஜனநாயகத்தை நிலை நாட்டுகிற இந்தியாவின் அதி அற்புத உலக எடுத்துக் காட்டு பாப்பாப்பட்டி.. கீரிப்பட்டி.. இந்தக் கோபம்தான்.. இந்த வேதனைதான்.. இந்த இயலாமைதான்.. இந்த எதிர்ப்புதான்.. யுகபாரதிக்கான கவிதை. யுகபாரதிக்கான அரசியல். யுகபாரதிக்கான அடையாளம்.

நம் எல்லோருக்குமான பொது அடையாளத்தைத் தேடுகிற தீவிரத்தோடு இயங்குகிறது, யுகபாரதியின் தனித்த அடையாளத்தோடு கூடிய கவிதை. இந்தக்

கவிதைகளின் பாதையெங்கும் ஜனத்திரளின் குரல்வளை நெறிப்பட்ட அவலக்குரல் கேட்டுக்கொண்டே இருக்கிறது.

நானறிவேன், இதுதான் அவனது அடையாளம். நடந்து போனவன் எதிரே நழுவும் தாவணியை ரசிக்கையில், இவன் புடவையின் பாதி தாவணியானதன் ரகசியத்தை யோசிப்பவன். மழை.. நிலா.. குளிர்.. பூக்கள்.. தேவதை.. என எங்கிருந்தோ கசியும் புல்லாங்குழலிசையாய் இறகு கொண்டு இவனும் கவிதை எழுதியிருக்கிறான். ஆயினும், அந்தக் கவிதைகளில் ஏதேனும் ஒரு வார்த்தைக்கிடையில் ஓர் கசிந்த ஈரத்தின் அடையாளமிருக்கும். மூன்று நாள் பட்டினி கிடந்தவன் எனக்குப் பசிக்கிறது என்பதை மென்மையாய் நாகரிகமாகச் சொல்லமுடியாது. அதுதான்டா நொண்டிக் காவடி.

தந்தி அறுந்துபோன வீணையைப் புழுதியில் எறிந்துவிட்டு ஜீன்ஸ் அணிந்த சரஸ்வதியின் கைகளில் கிடார் தந்து ஆண்டுகள் பலவாகிவிட்டன. குழந்தைகள் கோக் குடித்தபடி தொலைக்காட்சில் இமைகொட்டாது ரெஸ்லிங் பார்க்கின்றன.கான்வென்டுகள் கோடிகளில் புரள்கின்றன. தமது குழந்தையின் நாக்கில் புரளும் இங்கிலீஸில் பூரித்து நிற்கின்றார்கள், முறத்தால் புலியை விரட்டிய எமது தமிழச்சிகள்.

இன்னொருபுறம்.. காசில்லாதவன் பிள்ளை குட்டிகள் அரசுப் பள்ளியில் கேவலம் தமிழ்வழியில் படித்துக் குட்டிச்சுவராயப் போகுது. மொழி, இனம் பேசி நாற்காலி பிடித்தவர்களின் குழந்தைகள் தில்லி மாநகரில் தேசியமொழி படித்து வளர்கிறார்கள்.

பணக்காரனின் காரிலிருந்து அன்றாடங் காய்ச்சியின் மளிகைக்கடை வரை தனது வியாபார நுணுக்கத்தைக் கடை விரிக்கிறது ஏகாதிபத்தியம். வெறும் மிரட்டலோடு

முடித்துக்கொள்கிறது கூட்டணி தர்மத்தை மீறாத பொதுவுடமை.

பண்பாட்டின் பெயரால், கலாச்சாரத்தின் வழியாக, கற்பு என்பதைப் பெண்களின் விலங்காக மாற்றுகிறது ஒரு கூட்டம். சுதந்திரம் என்கிற பெயரில் அத்துமீறலை நியாயப்படுத்துகிறது மற்றொரு கூட்டம்.

தெருக்களில் ஒலிக்கும் தேர்தல் கோஷம்.. மலத்தை மிதித்தும் அசூயை கொள்ளாத கூட்டணி மாறும் அசிங்க நாடகம்.. ஏழையின் எதிர்காலத்தைத் தொலைக்காட்சியில் மீட்டெடுக்கிற கவர்ச்சி வாக்குறுதிகள்..

வழக்கம்போல தினசரி படித்து.. அரசியல் பேசி.. சீரியல் கண்டு.. உண்டு.. உறங்கி.. காசற்ற நிலையில் சபித்து.. வாழ்ந்த... வாழ்கிற.. உனக்கோர் நற்செய்தி:

நாடுனுக்குச் செய்யாது எதுவும்
நாட்டுக்காக நீ செய்
தற்கொலையாவது.

கோடம்பாக்கம்
சென்னை - 24
02.02.2006

01.
இத்தனை வயதிலும்
உழைக்கிறாள் அம்மை

கருவப்புதரில் முள்ளெடுக்கிறாள்
சோறு பொங்க
வெந்து பொசுங்குகிறாள்
செங்கல் சூளையில்

தனக்குப் பின்னேனும்
தழைக்கட்டும் பிள்ளையென

தெரியாது அவளுக்கு
அன்னையற்ற உலகம்
சூனியமென்பது.

02.

தேர் வரா வீதியெங்கள் வீதி
தேர் போலும்
வந்ததே கிடையாது பேருந்து

ஒரே ஒரு முறை பிளசர் வந்தது
செத்துப்போன லதாவை இறக்கி விட

அதுமுதல் பிளசரின் வண்ணம்
கறுப்பென்று சொல்கின்றன
குதியாட்டம் போட்ட குழந்தைகள்

டிராக்டரோ லாரியோ
ஆட்களை ஏற்றிப்போக வருவதுண்டு
மாநாட்டுப் பந்தலுக்கு

மெய்யாலுமே தெரியாது
ஏரோப்பிளேனுக்கும்
எலிகாப்டருக்குமுள்ள வித்தியாசம்

எதுவும் வரத் தயங்குகிற எங்களூருக்கு
ஏன் எப்போதும் வந்து தொலைக்கிறது
பஞ்சமும் சாதிப் பிணக்கும்.

03.
விருப்பம் போல் ஆணியடிக்க
விடிய விடிய விளக்கெரிக்க
விருந்தினரை உபசரிக்க
முடியாத வாடகை வீட்டில்
வசிக்கலாம், வாழமுடியாது.

04.
குலுக்கிக் காட்டும் நடிகைக்குக்
கொட்டகையில் விசில் ஊது

ஒதுங்கிய பொய் முலை பார்த்து
ஒய்யாரக் கூச்சலிடு

விதிதான் யாவுமென்று
வேதாந்தம் பேசிக்கொண்டு
அரைவயிற்றுக் குமுறலுக்குள்
அடிபட்டு அநாதையாகு

நாடுனக்குச் செய்யாது எதுவும்
நாட்டுக்காக நீ செய்
தற்கொலையாவது.

05.
அள்ளி வைக்க காக்கைக்கு
அன்னமில்லை எங்களிடம்
மன்னிக்க வேண்டும் கடவுளே
இருப்பவர்களால்தான்
இருக்க முடியும் விரதமும்.

06.
இருப்பதைப் பங்கிடு இல்லாதவர்க்கு
ஆமெனில்
குளக்கரை கோபியரின்
சேலைகளைத் திருடி
திரௌபதைக்குத் தந்த
கண்ண பரமாத்மாவை
நாமேன் கருதக்கூடாது
கம்யூனிஸ்ட்டாக.

07.
போய் விழுந்தாய் அவன் காலில்
பூலோகக் கடவுளென
புண்ணியம் கிடைக்குமென

ஊத்தவாய் ஒப்பிக்கும்
உருப்படா வேதங்களைப்
பீத்தினான் ஆசியென்று
பிதற்றினான் ஏதேதோ

காவி அணிந்த பயல்
கவர்மெண்டு கங்காணி
கடவுள் பெயர் சொல்லி
கற்பழிக்கும் பெண்பித்தன்

தருகிறான் திருநீற்றை பக்தையே
வைத்துக்கொள் மசக்கைக்கு.

08.
கூட்டிப் பெருக்க
கொண்டாடிச் சிரிக்க
நீட்டிப்படுக்க நிம்மதி சுகிக்க
கேட்கும் பக்தனுக்கு
இல்லை ஒரு வீடு
அப்பன் முருகனுக்கோ
ஆறுபடை வீடு.

09.

லட்டுக்குள் மூக்குத்தி வைத்து
கேட்பார்கள் ஓட்டு
பிட்டுக்கு மண் சுமந்த
பெருமானின் வாரிசே
ரொட்டிக்கு வாலாட்டும் நாயாகு
அல்லேல்
முக்கத்தில் நிற்கும் உன்மேல்
மூத்திரம் பெய்துவிடும் அரசியல்.

10.

பஞ்சமே சீலம்
பட்டினி பொதுக் கொள்கை

அந்நிய மூலதனம் அவசியமென்பதால்
வஞ்சிப்போம் ஏழைகளை

பொதுத்துறை நிறுவனத்தை
வேசை உடலாக்கி
விரும்பியவர்க்குக் கூட்டிக்கொடு

பொருட்களின் விலையேற்றி
பங்குபிரி வரிப்பணத்தை

மேலுமொரு பரிந்துரை
பாரதப் பாவங்களைக்
கழுவுவதற்கேனும்
இணைக்கத்துடி நதிகளை

11.
சபாக்கள் மிகுந்த
நகரத் தெருக்களில்
குடியேறிவிட்டன குச்சுப்புடிகள்
படியேறிவிட்டன பரதக்கலைகள்

வேரை இழந்த நாம்
வெளிநாட்டுக்கு அனுப்புகிறோம்
குறவனையும் குறத்தியையும்.

12.
கலைந்து கிடக்கும் வீட்டுக்குள்
கத்துகிறார் அப்பா
வீடு வீடு மாதிரியா இருக்கிறது

விடாமல் பேப்பர் படித்தும்
விஷயம் பல தெரிந்தும்
கேட்டதில்லை ஒருநாளும்

இருக்கிறதா
நாடு நாடு மாதிரியாவது.

13.
கெட்ட வார்த்தை பேசுவார்களா
அழகிகள்

வியக்கும் மேனியென்பதால்
வியர்க்கவே வியர்க்காதா

இடைபோல் சிறுத்திருக்குமா
இரைப்பையும்

வெப்பம் தாளாது கண்களில்
பொங்காதா பீழை

உதட்டுச்சாயம் மெழுகிய
மார்கழி வெடிப்புகள்
பூவம்பழமா ரஸ்தாளியா

வெளிப்படவில்லையெனினும்
ஒவ்வொரு அழகியும்
வாசமற்றுதானிருப்பாளா
ரகசியத்தில்.

14.
இடிக்கப்பட்டதா கோபுரம்
நல்லது
உடைக்கப்பட்டதா மசூதி
நல்லது
தொடுக்கப்பட்டதா வழக்கு
நல்லது
கலைக்கப்பட்டதா சாட்சி
நல்லது
மறக்கப்பட்டதா யாவும்
நல்லதோ நல்லது.

15.
யாருன்னை மிரட்டியது
அடிக்கப் பிறந்தவன்
ஆணென்று

குடிக்க பயந்தவனை
குரலெழும்பப் பேசாதவனை
ஒருவரும் அறியாமல்
உள்ளூர அழுபவனை
தரிசித்ததில்லையா நீ

இருக்கிறார்கள் சிலரேனும்
அழுத்திக் கொடுத்தால் வலிக்குமென
மென்முத்தம் தருவதற்கு
பசிக்கிறதா எனக்கேட்டு
பார்சலோடு வருவதற்கு.

கல்லானாலும் கணவன்தான்
உனக்கேற்ப செதுக்கிக்கொள்

16.
நாட்டுக்குழைத்தவர்கள்
நடுத்தெருவில் சிலையாக
காலம் கடந்து நிற்பது
சிலையாலா
செயலாலா.

17.
நல்ல வீடு கிடைக்க
நல்ல ஆடை கிடைக்க
நல்ல சோறு கிடைக்க
அலைந்து திரியும்
ராட்சச நகர்ப் பொழுதுகளில்
அறிமுகமாகிற
ஒவ்வொரு பெண்ணுக்கும்
கூடியிருக்கிறது வயசு
அல்லது
முடிந்திருக்கிறது திருமணம்

மனைவி அமைவது
கடவுள் வரமெனில்
கடவுளின் மனைவி
யார் கொடுத்த வரம்?

18.
வெந்து தணிந்த
வெண்மணிக்குப் பிறகேனும்
கூடியிருக்கிறதா கூலி

செத்துத் தொலைந்த
மேலவளவுக்குப் பிறகேனும்
மறைந்திருக்கிறதா சாதி

எதிர்ப்பை வெளிக்காட்ட
கொளுத்து யாரையேனும்

என்ன துயர் இல்லையிந்த
வளநாட்டில்
நிம்மதியைப் பெற்றுக்கொள்
திருவோட்டில்.

19.
வருத்தப்பட்டு ஆவது
ஒன்றுமில்லையெனில்
வருத்தப்படாமலாவது
ஆகியிருக்க வேண்டாமா
ஏதாவது.

20.
இல்லையே தண்ணீரென்று
ஏங்கிக் கொண்டிருக்காதே
கொடுக்கிறது அரசாங்கம்
குறைந்த விலையில் சாராயம்
படித்துக் கரையேறுவதைவிட
குடித்து நரையெய்தடா
குடிமகனே

21.
உப்பில்லாப் பண்டத்தை
இடவேண்டும் குப்பையில்
உப்புக்குப் பெறுவானா உதவாக்கரை

ஆயுள் நீட்டிக்க
நல்லதோ நல்லது
அரசின் அயோடின் உப்பு

உப்பிட்டவனை
உள்ளளவும் நினையென்கிறாய்
தெரியவில்லை நினைக்க
உப்புள்ள வரையா
உயிருள்ள வரையா.

22.
ராமேஸ்வரக் கடற்கரையில்
நனைந்த உடையோடும்
நடுங்குகிற விழியோடும்
வந்திறங்கும் குழந்தை
வீறிட்டழும்
ஒவ்வொரு நொடியிலும்
உணர முடிகிறது
பிரசவ வலியைவிடப்
பெரிய வலி பிள்ளைகளுடையது
மிரட்டப்படுவதைக் காட்டிலும்
துயரம் நிரம்பியது
துரத்தப்படுவது.

23.

எல்லையைக் காப்பாற்ற
ஏந்து ஆயுதம்
எந்த நாட்டிடமும் பிச்சையெடு
அல்லது கடன் கேள்

அண்டை தேசங்களை அச்சுறுத்த
குண்டுவெடித்து பீற்றிக்கொள்

அரசுத் தொலைக்காட்சியில்
ஒளிபரப்பு கிரிக்கெட்டை

பகையை வளர்த்து விடு
மதத்தைத் தூண்டு
நோக்கம் வல்லரசாவது

பாரதநாடு பழம்பெரும்நாடு
நாமதன் புதல்வர்
நாசமாய்ப்போக.

24.
பெரியாஸ்பத்திரி வாசலில்
வாணி ஒழுக நிற்கும்
நோயாளியை விடவும்
தேசத்தின் மீது பிறிதொருவன்
வைக்க முடியுமா பற்று

மூக்கைப் பொத்திக் கொண்டேனும்
பிரசவ வார்டுக்குள் போய்ப்பார்
தெரிந்து திரும்பலாம்
எதிர்காலக் கவுச்சியை.

25.
காலி டப்பாவை உண்டியலாக்கி
கட்சிக்கு நிதி சேர்
கோவணம் போனாலென்ன
கொள்கை முக்கியம்

இந்தியை எதிர்த்து
தலை வைத்த தண்டவாளத்தில்
அந்தி வந்ததும் ஆரம்பமாகிறது
தொந்தரவு

ஓங்கிக் குரலெழுப்பு
உடல் மண்ணுக்கு
உயிர் தமிழுக்கு

மொழி வாழ கொடிபிடிடா
ஊரோர முக்கத்தில்
தலைவர்களின் தலைமுறையோ
பாராளுமன்றத்தில்

26.
வெளிப்படுத்திவிட்டால்
வெளியேறும் துக்கமென்கிறாய்
சொல்லுகிற உன்னை
இன்னொருவராய்க் கருத
மனசு வருமா யாருக்காவது
பக்கத்தில் வந்ததும்
பார்க்கத் தவறுகிற
இந்த விழிகளைக் கொய்து
போட வேண்டும்
பசியோடலையும் ஆந்தைக்கு.

27.
முகூர்த்த நேரத்திற்குள்
போக வேண்டும் அட்சதை போட

கைகுலுக்கி முடிந்ததோடு
காட்சி பொம்மையானால்
எடுத்துக்கொள்வார்கள் புகைப்படம்

சாப்பிட அழைப்பவர்கள்
மிக மிக வேண்டியவராயிருக்கும்
விழாக் குழுவினருக்கு

நிம்மதி கலந்த துயரத்தில்
நிற்பார்கள் மூலையில்
பெண்ணைப் பெற்றெடுத்த
பெரும்பாவியர்

இத்தனையிலும்
ஆபீஸ் கவரில் பெயரெழுதி
அணைந்த புன்னகையோடு
வெளியேறத்
துடித்துக்கொண்டிருப்பான்
யாரேனுமொரு
வாழ்ந்து கெட்டவன்.

28.
நினைத்தால் போய்விடலாம்
எளிது
ரயிலோ பேருந்தோ
உண்டு எப்பவும்
ஒரே பிரதேசத்திற்குள்
வேதனை அளிக்குமென்றால்
அகதியான உன் மீது நானெப்படி
வைக்காமல் இருப்பது
அன்பு நெருப்பை
பற்று வேறு பற்றுதல் வேறு.

29.
வழியிருக்காது
காஸ்ட்லி தீனிகளுக்கு

பொரியரிசியுடன்
அரசினர் மாணவர் விடுதி வாசலில்
அன்னாடங்காச்சி அம்மா

முழுகச் சொல்வாள்
எண்ணெய் தேய்த்து
தன்னையே தேய்த்த காசில்
ஐவ்தாள் பொட்டலம்
கலர் பூந்தி
காய்ந்த அதிரசம்

அன்பன்றிக் கொடுப்பதற்கு
ஏதுமற்றுப் பிரிகையில் சொல்வாள்
லீவுக்கு வருகையில்
செய்து தருகிறாளாம்
பால் கொழுக்கட்டை.

30.

திருமணத்துக்கு முன்பு
எத்தனை பேர்
திருமணத்துக்குப் பின்பு
எத்தனை பேர்

கணவரோடும்
கணவனல்லாதாரோடும்
எத்தனையெத்தனை பேர்
கணக்கிட ஆய்வு நடத்திக்
கடைகளில் தொங்குகின்றன
பிளோ அப்கள்

கொக்கோக முனிவரோடு
கூடப்பிறந்தது போல
தட்டுவாண எழுத்து
வீட்டுக்காரிமேல் ஏவிவிடும்
சந்தேகச் சைத்தானை

பொறுத்தருள்க மகாஜனமே
கூடிய விரைவில் உனது
மகனோ மகளோ
அதே கடைக்குப் போய் வாங்கக்கூடும்
செக்ஸ் டாய்சை.

31.

ஓரங்கிழிந்த பாய்
காரைபெயர்ந்த சுவர்
ஒட்டடை படிந்த ஜன்னல்
ஓசை எழுப்பும் மின் விசிறி
கலைந்த தலையணை
கழுவாத பாத்திரம்
என்றாலும் என்வீடு இனிது
ஏனெனில், எதிர்வீடு உனது.

32.

பதேர் பாஞ்சாலி
பை சைக்கிள் தீவ்ஸ்
கொஞ்சம் கவிதை
ரஷ்ய கலாச்சார மையம்
நூல் வெளியீடு
மழிக்காத தாடி
தீவிர இலக்கியத்தின் மடியிலிருந்து
திரைத்துறைக்குப் போனவுடன்
போயிற்று யாவும் கனவாக

கனவுகள் காண்பதற்கன்றித்
தருவதில்லை வேறெதையும்

பாதியில் தொலைந்ததை
மீட்க முடியுமா
அதே படுக்கையில் தேடினாலும்.

33.
போகிறேன் ஊருக்கு
வெகுநாள் கழித்து
ஆட்டுத்தடம் பதிந்த
மதகடி மேட்டில்
எழும்பியிருந்தது பேராலயம்

பிச்சைமுத்து ஆகியிருந்தான்
பீட்டராக
பிள்ளைகள் படிக்கின்றனவாம்
கான்வெண்டில்

கட்டியணைத்த பைபிளுடன்
உகுத்தான் தோத்திரம்
ஆப்பம் கிடைக்காத எமக்கின்று
கர்த்தர் அளிக்கிறார்
அப்பம்.

34.
மார்பை வெட்ட ஆணையிட்டாள்
திருவிதாங்கூர் மகாராணி

ரவிக்கையணிந்த சேரிக்காரி
கண்ணகிக்கு என்னமுறை

தன் முலையைச் சினத்துடன்
தானே எறிவதற்கும்
இன்னொருத்தி பறிப்பதற்கும்
உண்டா காரணங்கள்
உன்னுடைய தர்மத்தில்

எது நடந்ததோ
அது நல்லதில்லை.

35.
அண்ணாந்து வியக்க அம்மா வீடு
மல்லாந்து கிடக்க மாமியார் வீடு
நல்ல வீடு ரெண்டிருந்தும்
சின்னவீட்டுக்கேங்கி
செத்துத் தொலைவான் லங்கேஸ்வரன்.

36.
இருக்கிறது சொல்ல எவ்வளவோ
என்றாலும் முடியவில்லை

அழலாமா ஆண் என்கிறாய்
பெண்ணின் கண்ணீர் பெரிதில்லையா

தலைக்கற்றைப்போல
எதையும் வெட்டிக்கொள்ள
ஏன் கூடாது பெண்

அகம்பாவத்தோடும்
அற்ப சந்தோசத்தோடும் இழப்பது
படவில்லையா குற்றமென்று

தரிக்கிற கர்ப்பத்தாலும்
தசைகளின் சுருக்கத்தாலும்
பெண் அடைகிற அதே வலி
ஆணுக்குமுண்டு காதலில்.

37.
கொளுத்திய பத்தி வாடை
கூடி வைத்த ஒப்பாரி
சிரிக்காத மாலை
உறவு பிணக்கு எனக்
கலவரப்படும் துக்க வீட்டில்
யாரிடம் வசூலிப்பது
கொடுத்த கடனை.

38.
ரிங்டோன் யுவதி
காற்றிலாடும் கேசத்துடன்
பறக்கிறாள் ஸ்கூட்டியில்

தழைத்தழைய கட்டிய புடவை
இடை தெரிய ஒருவித அசூயை

எதிரே வருகிற வாகனத்திலும்
இல்லாத கவனம்
அருகே வருகிற ஆபத்தில்
காயப்படுகிறாள் மோதாமலேயே

பாடுகளிலேயே பெரும்பாடு
கொண்டவனின் அனுமதியோடு
படி தாண்டியும்
பத்தினியாயிருப்பது.

39.

அழிக்க முடிவதில்லை
அடிமனது ஆற்றாமையை

வரவழைத்த நம்பிக்கை
வருமா கடைசிவரை

பீய்த்துப் பிராய்ந்து
தேற்றிய காசைக்
கவிதை நூலுக்குச் செலவிட்டுவிட்டு
கோபித்துக்கொள்வதா சமூகத்திடம்

தேசம் திருத்த எழுதுகிறவன் மகாகவி
தேமேயென அலைகிறவன் ஊதாரி

பைசாவுக்குப் பெறுமானமில்லாததால்
கவிதை தீட்டுத்துணி

ஆர்வத்தை வைத்துக்கொண்டு
போகமுடியுமா அக்கரைக்கு.

40.

இடது கால் நகமும்
வலது கால் நகமும்
ஒரே அளவுதான் வளருகிறதா

தீர்மானிக்கப்படுகிறது வளர்ச்சி
எப்பவும்
நகவெட்டிகளால்.

41.

பெருமாக் கிழவி சொல்லும்
ரெத்தக் காட்டேறிக் கதைகள்
பிடித்தாட்டும்
பின்னிரவுத் தூக்கத்தை

முட்டும் டவுசரிலேயே
பெய்துவிடும் பயம் கவ்வி

சருகுகள் சலங்கைகள்
அரட்டல் ஓசையில்
சிரித்துக் காட்டிய கிழவி
மோனா ஆக்டிங்கில்
பரிசு வாங்கிவந்த தினத்தில்
முத்தமிடக்கூட இல்லாது
செத்துக்கிடந்தது

அழுவது போல் நடிக்கத் தொடங்கின
அத்தனை சொந்தமும்.

42.
தெளிவாகப் பேசக் கற்ற
தேநீரக மலையாளி
சலிப்பதில்லை

சௌகார்பேட்டை சேட்டுக்கும்
பெரிதொரு பிணக்கில்லை
தமிழுடன்
ஒரிய அதிகாரி உடுப்பிக்காரன்
ஒருவருக்கும் சிக்கலில்லை

தேவைக்குப் பயில்வது இயல்பு
திணித்தால் வாந்தி வரும்
கருவியுமல்ல கற்புமல்ல மொழி
பழகிய நெருக்கமிது
விடமுடியாது.

43.
ஆக்கிப்போட
ஆளில்லை வீட்டில்

துணிமணிகூடத்
துவைப்பது நானே. கரண்ட்பில்
பாத்திரம் துலக்குதல் தவிர
அத்தனை துர்பாக்கியமும்
நேரும் பிரம்மச்சரியத்தில்

தேவையா அவஸ்தையா
கட்டிக்கொள்ளக் கூடாதா ஒருத்தியை
கடுதாசிமேல் கடுதாசி
அம்மாவிடமிருந்து

துணிந்து சொல்ல யாருமில்லை
திருமணமென்பது பெண்ணிடம்
கை மாற்றிக்கொள்வதா
துர்பாக்கியங்களை.

44.
வெந்ததை நக்கி
விதிவந்தால் சாவு
வேண்டாம் வீண் வம்பு

சங்கம் வளர்ப்பவனைச்
சர்க்கார் கொன்றுவிடும்
ராஜ துரோக வழக்கிட்டு
ரகசியமாய்த் தூக்கிலிடும்.

45.
ஏழையாயினும் பரவாயில்லை
கோழையாயிரு
கொட்டித்தர வருவார்கள்
குபேரர்கள்

அமைதி காத்தலென்பது
வேறொன்றுமில்லை
சும்மாயிருப்பது.

46.
பார்க்க டிவி
கேட்க ரேடியோ
பேச செல்போன்
நடக்க நடைவண்டி
படிக்கப் புத்தகம்
படுக்க பாய் தலையணை
சிரிக்க மட்டும் வழியில்லை
மொத்தத்தில்
செத்தபிறகு இடமெதற்கு
சொர்க்கத்தில்.

47.
நகை விற்று நிலம் விற்று
நடுநடுவே கடன் பெற்று
போய்ச் சேரும் புதுவீடு
புரிய வைக்கும்
நிம்மதியிழக்க எளிய வழி
வீடு கட்டுவது.

48.
ஒரே மேசை அதே இருக்கை
பார்த்த முகங்களே திரும்பத் திரும்ப

கவிந்த ஒட்டடையோடு
கடகடக்கும் மின்விசிறி

மேல்மூச்சு கீழ்மூச்சு வாங்கி
மெனக்கெட்டுச் செய்யவோ
தனிப்பட்டுத் தெரியவோ
என்னயிருக்கிறது அரசு வேலையில்

வருடத்திற்கொரு பந்த்
ஊதிய உயர்வு கேட்டு
நூறோ இருநூறோ கூடுதலாக

முன்னனுமதி கோராமல்
எடுக்க முடியாது விடுப்பும்

வாழ்வைத் தொலைத்துவிட்டு
கிடைக்கிற சம்பளத்தில்
பரி வாங்கலாம்
உபத்திரவம் தொலையாது.

49.
அதிகபட்சம்
ஆம்லேட்டோடு முடிந்துவிடும்
என் அசைவ ஆர்டர்

ரூபாய்க்கேற்ற தேடுதலில்
வகையறியா உணவுப்பட்டியலை
வாசித்து என்ன பயன்

எதிர் மேசைக்காரன்
எது எதுவோ வாங்குகிறான்
நானும் வைப்பேன் சீரகத் தட்டில்
டிப்ஸாக ஒன்றோ இரண்டோ

பேயாய் உழைத்தும்
பெரிய பெரிய விடுதிக்குள் நுழைய
வக்கற்றுச் சொல்லித்திரிவேன்
அம்மா சமையல் அற்புதமென

வீடு போலாகாது வேறொன்று
வெறுங்கையில் முழம்போட.

50.
தெரியாதா பெரியவர்க்கு
தீட்டுபட்ட சேரிக்குள்
தெருவிளக்கு இல்லையென்று

மாட்டுவண்டிச் சாலைக்கு
மறு ஜென்மம் இல்லையென்று

கூட்டத்தில் எவனுக்குமே
குண்டித்துணி இல்லையென்று

வந்த விடுதலை
வப்பாட்டியானது
தொந்தி பெருத்த துரைகளுக்கு

இல்லாததை வணங்கும்
இயல்போடு சொல்லித் திரிகிறோம்
மாற்றமென்பது
மானிடத் தத்துவம்.

51.
இருபது கண் ராவணனுக்கு
இருந்த போதும்
சீதையின் இரண்டே இரண்டு கண்
என்ன பாடு படுத்தியது

எதற்கும் முக்கியமில்லை
எண்ணிக்கை

பதத்திற்கு ஒரு சோறென்பது
பாமர சாதுர்யம்.

52.
கூடாச் செயலனைத்தும்
கொப்பளிக்கும் தொலைக்காட்சி
கோரத்தைப் படமெடுத்து
காட்டுகிறான் கூசாமல்

வயிற்றைப் புரட்டுகிற
சடலங்களைக் குவித்துப்போட்டு
வக்கணையாய்ப் பிதற்றுவதில்
தூக்கலாய் அடிக்கிறது
துரோக நெடி

சின்னதொரு விசும்பலுடன்
சீரழியும் தவிப்புகள்
சீரியல் போல் ஆகிவிட்டன
செய்திகளும்

53.
ஊருக்குப் போய் திரும்பிய அம்மா
குழந்தைகளின் முகத்தைப் பார்க்கிறாள்
குழந்தைகள் கையைப் பார்க்கின்றன

தூக்கி வளர்த்த கையை
சோறூட்டிய கையை
தலை வாரிவிட்ட கையை
தாலாட்டுக்கேற்பத் தட்டிய கையை
தகப்பன் அடிக்க வர
தடுக்க வந்த கையை

அம்மாவின் கை
அப்படியேதானிருக்கிறது

குழந்தைகளின் கண்கள்தான்
மாறிவிடுகின்றன சமயத்திற்கேற்ப.

54.
வேண்டாம் எனக்குனது
விமர்சனத் தாலாட்டு

உன்னதக் கவியெழுதி
உருப்பட்டதாருமில்லை

நானொரு பஞ்சமன்
நலமற்ற நல்லவன்
பொய்த்தது காவிரி

வழியில்லை வாழ
வந்திருக்கிறேன் எழுத

என்னை விட்டுவிடு.

55.
முடிந்துவிடுகிறது உறவு
வீட்டோடென்றால்
வீடு எங்கு முடிகிறது?
நின்ன இடத்தோடா
நிலைப்படி மட்டத்தோடா?

56.
கொடுத்தாயிற்று நாட்டை
குரங்குகளின் கையில்
கொடுத்தாலென்ன பூமாலையை

குரங்குகள் தாவப் பிறந்தவை
கட்சியிலிருந்து கட்சிக்கு
சமயத்தில்
கூட்டணியிலிருந்து கூட்டணிக்கு

சொறிதலுக்குப் பேர் போனவை
குரங்குகள்
தனக்குப் பிறரும் தான் பிறரையும்
சொறிந்து விடுவதில் சுகம் காண்பவை

குரங்குகள் கோல்களுக்கு அஞ்சி
நடக்கும் நடன பாவனைக்கு
கைதட்டி இடுகிறார்கள் ரூபாயை

நோட்டுக்காக குரங்குகள்
எதையும் செய்ய வல்லவை

குறிப்பாக சர்க்கஸ் காட்சிகளில்
வரவேற்கப்படும் அமோகமாக

காட்டை இருப்பிடமாகக் கொண்ட
குரங்குகள்
இருப்பிடத்தையும் காடாக்கும்
இயல்புடையன

குரங்குகள் குரங்குகள் மட்டுமல்ல
அவற்றைச் சொல்லலாம்
சிரங்குகளாக.

57.

எம்புட்டு வருசமாச்சு
அய்யாவைப் பார்த்து

எடுத்துவா ஆரத்தி
பொட்டுவை நெற்றியில்
பொசுக்கெனக் காலில்விழு

முடியுமானால் போஸ்டரடி
இல்லாவிட்டால் வேட்டு வெடி
கண்டெழுந்த பூரிப்பில்
ஒற்றிக்கொள் கண்களில்

அரிது அரிது மந்திரியாவது
அதனிலும் அரிது
அவரைக் காண்பது.

58.

அம்மாபோல் ஆக்க முடியாது
குடல் கறி

சுண்ணாம்பு தடவி
ரோமத்தை நீக்குவதற்குள் ஆகிவிடும்
போதும் போதுமென்று

தேவை சோம்பலற்ற நிதானம்
பட்டை பூவோடு
கசகசா கலக்கும் வாசம்
தெருமுக்கைத் திரும்ப வைக்கும்
அரைபடும் தேங்காய் அழகு

பிரமாதமெனக் கண் சிமிட்டுவது
உணவுக்கு மட்டுமா
குடல் கறியைவிட ருசியானது
அப்பாக்களின் குரூரம்.

59.

பெருத்துவிட்ட
கொசுக்களை ஒழிப்பதற்காக
அரசு போட்ட கமிஷனுக்கு
தலைவராகத் தகுதி
வழங்கப்பட்டது சாக்கடைக்கு

மூடப்படா சாக்கடையின்
முக்கியப் பரிந்துரைகளைப்
பாதாளச் சாக்கடை பரிசீலிக்கும்

கமிஷனின் நோக்கம்
மேலும் பல
கமிஷன்களை உருவாக்குவது
இடையே
காலராவோ மலேரியாவோ
கடைக்கண் வைத்தால்
கமிஷனை விஸ்தரிப்பது இயல்பு

கொசுக்களால் மக்களுக்கு
தீங்கு என்றபோதும்
கொசுக்களைக் கொல்வது
ஜீவ காருண்யத்திற்கு
எதிரான நடவடிக்கை எனக்
கருத்து தெரிவித்திருக்கிறது
ஏற்கெனவே போட்ட கமிஷன்

இரத்தமுறிஞ்சும் கொசுக்கள்
நினைத்துக்கொண்டன இருதயத்தில்
கமிஷனை ஒழிப்பது கடினம்.

60.
கலங்குகிறான் விவசாயி
கதிரிலே பூச்சி விழ
வட்டிக்கு மேல் வட்டி
அடைக்க வழியற்று
அடகுவைப்பான் வயற்காட்டை
கலப்பை நுனியில் மொய்க்கிறது
சிலந்தி வலை
எலிக்கறி தின்று நிரப்புகிறான்
வயிற்றை
கட்டுகட்டாய்ப் போரடித்த
காலம் மலையேற
இலவச மின்சாரமோ
பம்பு செட்டுப் பண்ணையாருக்கு.

61.

வியக்க வேண்டாமா ஊரை
வேரோடு விழுந்துவிட்டதா யாவும்

குளக்கரை
பசும் வயல்கள்
நேர் சீரான தெரு
கோலமிட்ட முன்வாசல்
மெழுகிய திண்ணை
குதிரடைத்த நடுக்கூடம்
உறி தொங்கிய உத்திரங்கள்

அத்தனையும் இழந்த சேரியில்
அப்படியே இருக்கிறது
காலியான வயிறு

நிர்வாணம் ரசிக்க
கஜுராகோ செல்வதைவிட
செலவு ரொம்பவும் குறைவு
எங்களூருக்கு வருவது.

62.
பெருத்துவிட்டது ஜனத்தொகை
நெரிசல் பிதுங்கும்
பேருந்தில் திருவிழாக் கூட்டம்
தொண்டை வறளக் கத்தி
எட்டணா ஒரு ரூபாய்க்கு
ஏங்கியலைகிறான்
இஞ்சிமரப்பாக்காரன். கூடவே
முப்பதே நாளில்
மொழிபயிலும் நூல்கள் வேறு
ஊர்தோறும் இதே நிலை
ஒண்டிக்கொண்டி போட்டு
உட்கார இடம் தேடும் ஆடவர்
பாவமோ பாவம் பெண்டிர்.
பொதுவிடத்தில் வந்தாலும்
அவர்களால் போகமுடிவதில்லை
ஒண்ணுக்கு.

63.
சராசரிக்கும் கீழான வசதியுடன்
கையேந்தி பவனில்
ஃபீப் பிரியாணி

சரவெடிக்கேங்கும் பிள்ளைக்கு
கேப்பு வெடி மாதிரி
கையளவு போதாதா

நிமிர்ந்தெழுந்த மாளிகையிலும்
உச்சரிக்கும் உதடு
நித்தியக் கண்டம் பூரண ஆயுசு.

64.
ஒருகை பார்த்துவிடுகிறேன் எனச்
சொல்லுவதில் உள்ள வீரத்தை
எங்கிருந்து பெற்றார்கள்
மனிதர்கள்
கையாலாகாதவன் என்பதிலுள்ள
கருத்துக்கு
வேறு ஏதேனும் அர்த்தமிருக்கிறதா

கைபிடித்தவன்
காலத்துக்கும் அவளைக்
காப்பாற்றுவானா

எனக்கு முக்கியம் கை
எழுதிப்பழக
உங்களுக்கும் கை வேண்டும்
அடுத்த பக்கத்தைப் புரட்ட.

65.
பட்டீஸ்வரம் துர்க்கைக்குப்
படைத்து வா நெய்விளக்கு

நடந்தேறும் திருமணம்
நாலைந்து மாதத்தில்

விளக்குவாங்க முடிந்தவர்க்குத்தான்
அம்மையும் அளிப்பாளா
திருமாங்கல்யம்.

66.
நிலைத்த புத்தி
நேரான சிந்தனை
கலக்கமுறா கலகவாதி

கொள்கை ரயில் ஏற
கொடுப்பார் தலைகூட

சொல்லி வியந்த
ஒவ்வொரு தலைவனும்
சோரம் போவான் தேர்தலில்

எரிகிற கொள்ளியில்
எது நல்லகொள்ளி

ஒப்புக்கு விவாதித்து
ஒன்றுமாகப் போவதில்லை

ஆண்டு பலவாக
பேன் மண்டிய சிக்குத்தலையை
துப்புரவாக்கத் தேவை
சீயக்காயா? சிரச்சேதமா?

67.
வேட்டை நாய்களின்
மோப்பக் குழைவுக்கு
அனிச்சமாவதா தைரியங்கள்

இக் கேடுகெட்ட பிரதேசத்தில்
எல்லைக்கப்பால்
இறந்து போனால் தேசத்துரோகி
உள்ளே விழுந்து
உயிரை விட்டால் வீரத்தியாகி.

68.
மூர்க்கமில்லை முன்னேற
காழ்ப்போடு பழகி
கடைநடத்த இல்லை வலு
திராணியில்லை ஆள் பிடித்து
தன்னை விற்கும் சாமார்த்தியம்
மெய்மையின் மடியில்
சவளைப் பிள்ளையாக்க
எதற்குப் பெற்றார்களோ
யாரையும் கடிந்து பேச மனமின்றி
தேடித் தினம் சோறுண்ணும்
வேடிக்கைப் பிறவியிவன்.

69.
முதல்வர் பிரதமர்
முதன்மை அதிகாரிகள்
முக்கிய மந்திரிகள்
எல்லோரின் வாகனத்திலும்
எரிகிறது சிவப்பு விளக்கு
சிவப்பென்றால்
இருக்கிறதோர் அர்த்தம்
அபாயமென்றும்.

70.
பல மைல் தூரத்திற்குப் போட்டாயிற்று
தங்க நாற்கரச் சாலை
கருவறைத் தொட்டு
கடைக்கோடிவரை
இணைப்புகள் மூலம் பேசலாம்
தொலைபேசி

வீட்டுக்கு வீடு கணிப்பொறி
வேடிக்கை பார்க்கலாம் உலகை

உடனே கிடைக்கிறது கேஸ்
சமர்ப்பித்த இரண்டே மாதத்தில்
சகலமும் முடித்து கைக்கு வருகிறது
கடவுச்சீட்டு

இருந்த இடத்திலேயே
வங்கிப் பரிவர்த்தனையும்

அற்புதங்கள் ஆகாயம் மட்டும்
அவன் யார்
பாதாளச் சாக்கடைக்குள்ளிருந்து
கையை நீட்டுவது.

71.
போடுவதற்குத் தோதாகப்
பிரித்து வைத்திருக்கிறார்கள்
குப்பைத் தொட்டிகளை

மக்கிய குப்பையாக்கு
மானத்தை
மக்காத குப்பையாக்கு
ஈனத்தை

எறிந்ததை எடுத்துண்ண
கழுகுகளுக்கு
நம்மூரில் மசோதா என்றுபேர்.

72.
சொல்லிவிடுகிறார்கள் பெண்கள்
மனசில் பட்டதை
சொன்னபிறகு நிகழும்
அபாயம் குறித்து
யோசிப்பதே வேலையாகிவிடுகிறது
ஆண்களுக்கு.

73.
திடுதிப்பென்றா வருவது
தலை துவட்டிய துண்டு
ஈரவாடையுடன் கிடக்கிறது
சோபாவில்
இறைந்த புத்தக மேசையை
எத்தனை முறைதான் அடுக்குவது

வந்தவர் முன்பாக
துடைப்பம் எடுத்து
பெருக்குதல் மலினம்
குறைந்தபட்சம்
வேறொரு உடையையாவது
மாற்றியிருக்கலாம்
குடிக்கக் கேட்பதற்கு முன்
கொண்டு தரலாமா தண்ணீரை
சாப்பிடச் சொல்லலாமா
என்ன நினைப்பார்களோ

வந்தது போலவே
விடை பெறுவதற்குள்
வருத்தி வாட்டும் பரபரப்பு
குழந்தைகளுள்ள வீடென்றறிந்தும்
வெறுங்கையோடு வந்தவர்க்காக.

74.
மாடுகள் இல்லா தொழுவத்தைப்
பெருக்குகிறாள் தாய்க்காரி
பிள்ளையார் பிடிப்பதற்கும்
சாணமில்லாத சங்கடத்தை
உமிழ்ந்த படி.

75.
வீடில்லா நானெப்படி
கதவுகளைத் திறந்துவைக்க
உன் வருகைக்காக

எட்டடுக்கு மாளிகை ஒன்பது வாசல்
அழைத்தாலும் வெறுத்தாலும்
வந்து சேரும் மரணம்

மைனாக்கள் நன்று, அவை
கட்டுவதில்லை கூடு.

76.
அன்போடுதான்
இருக்க வேண்டும் என்பதில்லை
அன்பில்லாதவர்களும்
இருக்கத்தான் வேண்டும்

இருப்புக்குக்கான நியாயமும்
காரணமும் அன்பாக இருக்கிறது. தவிர
இருந்துவிட முடிகிறது ஒருவரால்
அன்பில்லாமலும்

அன்புடையோர் துயருருவர்
அன்புக்கான விலை துயரமெனில்
எத்தனை பேரால் முடியும்
அன்போடிருக்க

மதங்கள் அன்பைப் பேணுவன
அன்பற்ற உலகை
நரகமெனத் தூற்றுவன
இக்கட்டு நேர்ந்தும்
தீது கொடிது எனத் தெரிந்தும்
ஒருவன்
அன்பில்லாமல் இருக்கிறானென்றால்
நாமென்ன செய்யலாம்
அன்போடவனைத் தழுவுவதன்றி.

77.
கனவொன்று வந்தது
தேவதையெனக்குக்
கால்பிடித்து விடுவதாக

பிறிதொரு நாள் தேவதையின்
கால் மாட்டில் கவிழ்ந்து கிடந்தேன்

வெண்ணிற அங்கியில்
வேண்டும் வரம் தருபவளாக
சாமரத் துப்பட்டாவில்
வேர்வை விசிறியாக

உடுத்திக் கலையாமல்
படுத்துக் கலையும்
தேவதையின் கசங்கலில்
வண்டுகள் வந்துண்ணும் தேனை
வாலிபம் கண்டஞ்சும் தேளை.

78.

தந்திரம் நிரம்பிய நரி
தனது கூட்டணியினரோடு
பேசிக் கொண்டிருந்தது
எதிர்க்கட்சியின்
அதீத மக்கள் சேவையை
எப்படி முறியடிப்பதென

எதற்கெடுத்தாலும்
அறிக்கை தருவதன் மூலம்
ஓரளவு சமாளிக்கலாம்

கடுமையான வெய்யிலுக்கு
காரணம் இவர்களென்று
பேரணி போகலாம்
முடிந்தால் நடைபயணம்.

எதுவுமே நடக்காவிட்டால்
சினிமா நடிகர்களை
மோதச் செய்து
தலைப்புச் செய்தியாக்கலாம்

வெவ்வேறு விதமான
முடிவுகளுக்குப் பின்பு
எதிர்க்கட்சி நரிகளிடம்
கருத்து கேட்டார்கள்

சிரித்துக் கொண்டே
அவை சொல்லின
தேர்தல் வரப்போகிறது.

79.
பேசுதல் பெரிதென்றிருக்கும்
தவக்களைகள்
தமக்குள் அடித்துக்கொண்டன

செம்மொழியானது
யாருடைய சாதனை

யாருமே இல்லை என
எதிர்க்குரல் கொடுத்தன
முதலைகள்

வலுத்தது சண்டை, கக்கடைசியில்
செம்மொழியின் திறன்
வெளிப்பட்டது கொச்சையாக

போக்கத்த பிரஜைகள் புலம்பினர்
குளம் வற்றும் வரைதான்
தவளைக்கூச்சல்
கூட்டணி உள்ள வரைதான்
முதலைகளின் மொழிப்பற்று

பசிக்கிறது வயிறெனச்
சொல்வதற்கு
பாஷையென்ன
ஜாடையென்ன?

80.
இரு தரப்புப் பேச்சுவார்த்தையும்
கேட்ட பிறகு
ஐ நா கரடி அமைதி காத்தது

தேசிய இனங்கள்
சிலிர்த்தெழுந்தால்
பயங்கரவாதமென்றும்
சிறுபான்மைச் சமூகம்
ஆவேசங் கொண்டால்
தீவிரவாதமென்றும்

தேடினாலும்
கிடைக்கவில்லை பின்லேடன்
தேடாமல் கிடைக்கிறது
அநியாயம்.

81.
பட்டமில்லாது வாழ்தல்
பாவமெனக் கருதின பச்சோந்திகள்
எனவே,
நிறத்துக்கொரு புகழ்ப்பெயர்
நேரத்திற்கொரு புனைபெயர்

கொடுப்பது யாரென்பது
முக்கியமென்பதால்
உலக அமைப்புகளிடம்
தீவிர ஆலோசனை

கெட்டதைத் தொடர்ந்து செய்தால்
கேட்காமல் தருவார்கள்
டாக்டர் பட்டம்
பட்டதை உரக்கச் சொன்னால்
பைத்தியம்

இன்னுமொன்று
இந்நாட்டில்
தலைவரெல்லாம் மருத்துவர்கள்
தமிழ்மக்கள் நோயாளிகள்

அவசர சிகிச்சைப் பிரிவில்
அரசியல்.

82.
வீட்டு விளக்கையெல்லாம்
வெளியே வைத்துவிட்டால்
ஒளிராதா நாடு

பழக்கமும் மறதியும்
தேவை
சொல்வதைப் பழக்கமாகவும்
கேட்பதை மறதியாகவும்
ஒருவர் மாற்றி ஒருவர்
பின்தொடரும் அழுகுரலை
பெரிது படுத்துதல் கேடு

சுமக்குதோ இல்லையோ பொதியை
உதைப்பதால் அவை கழுதை

சரித்திர பொய்மைக்குள் நீ
சங்கட இருட்டுக்குள் நான்.

83.
குளத்தில் விழுந்த கோடாலியை
மீட்டுக் கொடுக்கிறாள் வனதேவதை

தேவதைகளுக்குப் பிடிக்கும் போல
பேராசை பிடித்தவர்களால்
வெட்டப்படுவது

தோப்பனாரும் ஆம்படையானும்
சுட்டும் கட்டளைக்குத்
தோப்புக்கரணமிடவும் துணியும்
அவளைச் சொல்கிறார்கள்
பெரிய படிப்பு படித்தவளென்று.

84.

விலைப்பட்டியல் பார்த்து
தேர்ந்தெடுக்கும் உடையில்
திமிரும் சந்தோஷம்
திருப்தி வராது

ஹோட்டலில் தியேட்டரில்
உத்யோக மட்டத்தில்
நமக்களிக்கப்படும் இடம்
நமக்குரியதல்ல.

அந்தஸ்த்தாலும் வசதியாலும்
நிர்ப்பந்திக்கப்படுபவை

நிர்ப்பந்தம் நிரந்தரமெனில்
அடிமையல்லாமல் வேறென்ன

ஒரே விரல் ஆயினும்
சிலருக்குச் சுட்ட
சிலருக்குச் சூப்ப.

85.
கடனுக்குக் காவடி தூக்குதல்
முருகனுக்குக் கைமாறு

பால் காவடி பன்னீர்க் காவடி
புஷ்பக் காவடியோ

இடக் கன்னத்தில் இறங்கிய அலகு
வலதில் வெளியே
முதுகில் செருகிய கூரிய கொக்கிகள்
தேருக்கான நுகத்தடி

அண்டிய பாவம் அறுந்துபோக
கிடைத்த வாழ்க்கை கெட்டியாக
மயிலு காவடி மச்சக் காவடி
சந்தனக் காவடியோ.

86.

வலம் முடிக்க வருவோருக்கு
வேப்பிலை அடித்து
திருநீறு தருவார் கருத்த பூசாரி

மஞ்சத் துணியுடுத்தி
பக்தன் எடுக்கும் காவடியைவிட
கரைவேட்டிகளின் காவடி
கவனத்துக்குரியது

கண்ட காவடி கணக்குக் காவடி
கட்சிக் காவடியோ
நொண்டிக் காவடி நொந்தக் காவடி
நம்ம காவடியோ

87.

வாங்கிய அறைக்குப் பிறகு
தெரிந்தது அப்பாவின் கோபம்

வாங்கிய முத்தத்துக்குப் பிறகு
தெரிந்தது
அம்மாவின் பிரியம்

வாங்கிவாங்கித்தான்
வாழமுடியும்
வியாபார உலகத்தில்.

88.
கழிக்காதே சிறுநீரென்று
தன்வீட்டு வெளிச்சுவரை
தற்காக்கும் ஒருவராவது
பொதுக் கழிப்பிடமற்ற நகராட்சியின்
போக்கிரித்தனத்தைக் கண்டிக்கிறோமா
கண்டதே காட்சி
கொண்டதே கோலம்
நாறிக்கிடக்கிறது நமச்சிவாயா
கக்கா போகவும்
காசு கேட்கிறது நிருவாகம்
வாய் கெட்டு வயிறு கெட்டு
வந்துவிட்டோம் கடைசியில்
டாய்லெட்டிலும்
வெஸ்டனுக்கு.

நடைபாதை
புத்தகக் கடைகளுக்கு

தெருவாசகம்

2008

நொம்பலப்படுகிறவர்களின் அம்பலச் சரிதங்கள்
யுகபாரதி

எனது முந்தைய கவிதைத் தொகுப்புகள் எவற்றுக்கும் முன்னுரை எழுதியதில்லை. எழுதிய கவிதைகளின் சூழல் மற்றும் தேவை கருதி வியாக்கியானம் செய்யும் வேலை வீண் என்றும் கருதியிருந்தேன். ஆனால் தெருவாசகக் கவிதைகள் அவ்வாறில்லை.

ஒவ்வொரு கவிதைக்குப் பின்னும் சொல்வதற்கு நிறைய இருக்கிறது. எனில், இவை வெறும் கவிதைகளில்லை. உழைக்கும் மக்களின் வாழ்க்கைப் பிரதி. அங்கலட்சணங்களைத் தேடிக்கொண்டிராமல், உள்ளப் பெருக்குகளை ஓடையாக்கிய சிறு முயற்சி இது.

அத்தனை கவிதைகளின் நோக்கமும் ஒன்றுதான். நிராகரிக்கப்பட்ட அல்லது அங்கீகரிக்கப்படாத ஒருவனின்/ளின் ஆதங்கம்! பசி பொருட்டும் லௌகீகத் தேவை பொருட்டும், ஒவ்வொரு நாளும் நாம் அடைகிற துன்பங்களின் பதிவுகளே இக்கவிதைகள். . இப்படியான முயற்சிகளில் என்னை சதா ஊக்கிவரும் முற்போக்கு இயக்கத் தோழர்கள் என்றும் என் நன்றிக்குரியவர்கள். கவிதைகளில் சில இடங்களில் வேண்டுமென்றே

அழகியலைப் புறந்தள்ளி அதன் உட்பொருளில் அதிக கவனம் செலுத்தியிருக்கிறேன். என் ஆவல் இவை மிகச் சிறந்த கவிதைகளாக ஆகவேண்டும் என்பதைவிட முக்கியமான பதிவாக வேண்டும் என்பதே. இக்கவிதைகளில் வரும் மனிதர்கள் என் உறவுக்காரர்கள். புழுதி படிந்த தெருவோரங்களில் அவர்கள் என்னைத் தோளில் தூக்கிச்சுமந்து திரிந்தவர்கள். அவர்களை இக்கவிதைகள் கௌரவப்படுத்துமேயானால் அதுவே என் எழுத்துக்குக் கிடைக்கும் உச்சபட்ச சிம்மாசனம்.

நிறைய பிரியமுடன்,
யுகபாரதி
20.11.2007

கரகாட்டக்காரி

ஆடுகிறாள் அம்பலத்தில்
ஆதிசிவன் சிரிப்போடு
காலக் கயிறுகள்
சுழற்றுகிற பம்பரம் போல்

தலைக்கு மேலிருக்கும்
பித்தளைப் பூங்கரகம்
இடுப்புப் பாவாடையோ
பிழைப்பு ராட்டினம்

மேடையில்லாச் சேரிகளின்
மேல் நின்று ஆடுகிறாள்
கோவிலில்லாச் சாமிகளின்
கொடை நாளைக் கௌரவிக்க

வாணி ஒழுக ஒழுக
வந்து நிற்கும் பெருசுகளின்
கோணல் பார்வைக்குக்
கொடுக்கிறாள் சவுக்கடியை

நையாண்டி மேளங்கள்
நட்டென்று ஒலிஎழுப்ப
சலங்கை சிரிக்கிறது
சாவு வீட்டு முற்றத்தில்

வேர்வை வருவதற்குள்
விடைபெறும் பரதத்தை
வேர்வை வழிய வழிய
விரட்டுகிறாள் கோபத்துடன்

இஞ்சி இடையழகு
இங்குண்டு பாரெனக்
கொஞ்சி அழைக்கிறாள்
குடிகாரக் கூட்டத்தை

ஏங்கி அழுவதில்லை
இவளுடைய சிருங்காரம்
நாங்கள் ஒசத்தியென்று
நடிப்பதில்லை ஒருநாளும்

வெட்ட வெளி மீது
வெறியோடு ஆடுகிறாள்
பட்ட துயர் தீர
பசியோடும் ஆடுகிறாள்

அவிழுமா கொக்கியென
ஆடவர் பார்த்திருக்க
கிடைக்குமா பத்து ரூபாய்
கேட்கிறது இவள் ரவிக்கை.

பெட்டிக் கடைக்காரன்

பெட்டிக்கடை வைத்திருப்பவனின்
ஆரம்ப கால லட்சியம்
நிச்சயமாகப்
பெட்டிக்கடை வைப்பதாக
இருந்திருக்காது

சாக்கு மூட்டைக்குள்ளிருந்து
புகையிலைப் பண்டங்களை
விற்பதாகவோ
பீடி புகைப்பவனுக்குத்
தீப்பெட்டி தரப்போவதாகவோ
நினைத்திருக்க மாட்டான்
கனவிலும்

குழந்தைகள் வராத
பள்ளிக்கூட நாட்களில்
கொலை செய்ய மறுத்திருப்பான்
மிட்டாய்களை மொய்க்கும்
பிள்ளையார் எறும்புகளை

தொங்குகிற
வாழைக்குலையில்
கன்றிப் போனவற்றைத்
தன்வீட்டுக்குக் கொண்டுபோக
வந்திருக்காது யோசனை

சில்லறையில்லையே என
நூறு ரூபாயை
அரைமனசோடு இழக்கும்
அவதியை

மட்டை ஊறுகாயோ
கடலை உருண்டையோ
வாழ்வதற்குப் போதுமான
பணமீட்டுமெனவும்
சொல்லியிருக்க மாட்டான்

பெட்டிக்கடை வைத்திருப்பவன்
பெட்டிக்கடையோடே தனது
லட்சியத்தை
முடித்துக்கொள்வதுமில்லை.

போஸ்டர் ஒட்டுபவன்

ஊரடங்கும் நள்ளிரவில்
ஒட்டுகிறான் சுவரொட்டி
தான் மட்டும் உறங்காத
தகவலையும் தெரிவிக்க

நட்டநடு நிசிப் பொழுதில்
நடமாடும் பேய் போல

ஒட்டுகிறான் காகிதத்தை
ஒவ்வொருவரும் பார்ப்பதற்கு

திக்கேதும் தெரியாமல்
திணறுகின்ற தன் வாழ்வை
முக்குச் சந்துகளில்
மூச்சுமுட்ட ஒட்டுகிறான்

ஊரோடு 'ஒட்டி வாழ்தல்'
உயர்வெனும் தத்துவத்தை
ராவோடு ராவாக
நடைமுறைப் படுத்துகிறான்

வெட்டிக் கதைபேச
விழாவெடுக்கும் மனிதர்களின்
கட்டளைக்கு அடிபணிந்து
கஷ்டத்தை ஓட்டுகிறான்

நீச்சல் உடையணிந்த
நிர்வாண அழகிகளை
கூச்சம் ஏதுமின்றி
கொஞ்சிடாமல் ஓட்டுகிறான்

இன்றோடு கடைசியெனத்
துன்பத்தை நினைத்தவாறு
அன்றாடம் ஓட்டுகிறான்
அகலாதக் கனவோடு

ஒட்டாமல் இருப்பவர்கள்
உலவுகின்ற வீதிகளில்
ஒட்டுவதால் இருக்கின்றான்
உண்மைகளைக் கிழிக்கின்றான்

இண்டு இடுக்கெல்லாம்
இருக்குமிவன் கைரேகை
கண்டு செல்பவர்கள்
காண்பதில்லை கண்ணீரை.

மீன்காரி

மீனை நாம் உண்கிறோம்
மீனால் இவள் உண்கிறாள்
என்பது போன்ற
நாலாந்தர முரண்களில்
அளக்கக் கூடாது இவளை

குடலைப் புரட்டுகிற நாற்றத்தில்
குடலுக்காக உழைக்கிறாள்
எனவும்

வாழ்வுச் சிலாம்புகளால்
குத்திக் கிழிபடும் துர்நிகழ்வைப்
பட்டியலிட்டு
மேலும் மேலும் ஈனப் பிறவியாய்
பாவிக்கக் கூடாது

வேறு என்னதான்
இவளைப்பற்றிச் சொல்வது

தொண்டையில் சிக்கிய
முள்ளைவிடவும்
சிக்கலானது

எடைவைத்து நிறுக்கும்
தராசின் நடு முள்ளைத்
தாண்டியும் கூரானது

மலரோடிருக்கும் முள்ளுக்கு
ஏற்பட்டிருக்கும் கிராக்கி
இவளுடைய மீன்முள்ளுக்கில்லை

ஆழிப் பேரலைக்கப்பால் யாரும்
விசாரிக்கத் தவறுவதில்லை
மீனோடு இவளையும்

தண்ணீரில்
முட்டையிடுகிறது மீன்
கண்ணீரில்
குஞ்சு பொரிக்கிறாள் இவள்.

துணை நடிகை

அவ்வப்போது செய்திகளில்
அழகியாகி விடுகிறவள்
அவமானம் பொறுக்காமல்
அழுதுவிழி கருகுபவள்

குத்துகின்ற ஆசைகளைக்
கொஞ்சம் போலச் சிந்துபவள்
செத்தொழிய மாட்டாமல்
சிறுகச் சிறுகப் பிந்துபவள்

தங்கையாய் இவள் நடித்தால்
கற்பழிப்புக் காட்சிவரும்
வில்லன் விரட்டுகையில்
விழவேண்டும் முட்புதரில்

சிணுங்கும் நாயகியின்
சிறப்புகளை ஓதுதற்குப்
போகவேண்டும் நடிகனிடம்
பொறுப்புமிக்க தோழியாக

இவள் வீட்டுப் பாத்திரத்தில்
சிலநாளே சுடுசோறு
என்றாலும் நடிக்கின்றாள்
திரைப்படத்தில் பலவாறு

பந்தயக் குதிரையாகும்
பாக்கியத்தை விட்டதனால்
சந்தடி ஏதுமின்றி
சருகாக உதிருகிறாள்

தரமான தவறுகளே
வருமானம் என்றாகப்
பொழுதெல்லாம் பூசுகிறாள்
கலையாத அரிதாரம்

இதற்குத்தான் ஆடுகிறேன்
என்பது போல் இடையாடும்
மறைப்பதற்குத் துணியிருந்தும்
ரசிக மனம் களவாடும்

வயிற்றுக்கு மிக நெருங்கி
வருகின்ற காமிராவில்
தெரியாது இவள் பசியும்
தெய்வத்தின் வஞ்சகமும்.

பூக்காரி

கற்றது கையளவு
என்பதிவள் கோட்பாடு
வற்றிய முகத்தோடு
வாழ்ந்துவரும் பூக்காடு

காம்புகிள்ளி காம்புகிள்ளி
காய்த்துப்போன கைவிரலைச்
சோம்பல் நாரெடுத்து
சொடக்கிற்குள் முடிந்து வைப்பாள்

ஆலய வாசல் முன்பே
அனுதினம் இருந்தாலும்
சாமிகள் இவளுடைய
சங்கடத்தைத் தீர்ப்பதில்லை

வெகுவான வாசனையை
வீடுவீடாகக் கொடுத்துவிட்டு
சாராய நெடியடிக்கும்
புருஷனிடம் சரணடைவாள்

வாங்குபவள் கை பார்க்க
வழங்குபவன் இடை பார்க்க
ஏங்கிடும் இவள் முகத்தை
யாருமே பார்ப்பதில்லை

முல்லைப்பூ வாங்க வரும்
முப்பது வயதுக்காரன்
சில்லறை தருவது போல்
சிலசமயம் விரலுரச

கல்லறைப் பூவாவாள்
கவலைக்குத் தாயாவாள்
தொல்லைதான் என்றாலும்
தொடருவாள் மறுபடியும்

எந்தப் பூ உதிராதென
என்றுமிவள் சொன்னதில்லை
வந்துபோகும் காதலரை
வாய்மலர வம்பிழுப்பாள்

வகைக்கொரு பூப்பறித்து
வருபவர்க்குக் கொடுத்தாலும்
இவளுக்கு இதுவரைக்கும்
எவருமில்லை பூக் கொடுக்க.

நாற்று நடுபவள்

இன்னொரு இடத்தில்
வேரோடு பிடுங்கிநடும்
பாரியத் துயரைப்
பெண்களைப் போல
உணரமுடியாது ஆண்களால்

நகக்கணுவில் நுழைந்த
சேற்றுத் திமிரின்
ரணக் குறிப்புகளை எழுதுகிறாள்
ஏலேலோவில்

உழுத வயலின்
குழம்பு சொதசொதப்பில்
ஊறி வெடிக்கும்
பாத நுனிகளை

அள்ளித் தின்னும்
அத்தனை பருக்கையிலும்
காணச் சகியாதவர்கள்
பசிப் புரோகிதர்கள்

நாணிக் குனியாது
நடவுக்குக் குனியுமிவள்
முதுகெலும்பில்
சோறுடைத்தக் குலப்பெருமை
சோரம் போனது

பேறுகாலத்துப் பெண்ணுடலில்
பால்வீச்சம் முகிழ்வதுபோல்
அடிக்கும் இவள்மீது
அடங்காத சேற்று வாடை

மண்வணக்கம் சொல்லி
அடைகிறாள் இடுப்புவலி
கதிர் பிரவசத்திற்கு

அக்குள் ஈரத்துடன்
தொடைதிரளும் வேர்வைக்கு
ஒப்புக்கொடுக்கிறாள் தன்னையும்

களஞ்சியம் நிறைக்க
நாற்று நட்ட சேதி போய்
கஞ்சிக்கு அலைகிறாள்
காவிரியம்மை.

சைக்கிள் டீக்காரன்

ஆவிகளைக் கோப்பையோடு
அருந்தக் கொடுக்குமிவன்
நாவினிக்கச் சூடேற்றும்
தேயிலைத் தூதரகம்

விதிவண்டி இவன் மீது
வெறிகொண்டு ஏறியதால்
மிதிவண்டி மீது இவன்
நடத்துகிறான் நகர்வலத்தை

கொதிகலனாய் உயிர்தகிக்க
குதிமணலாய் உடல் வலிக்க
பொதிசுமக்கும் இவனிளமை
புகைகின்ற நெருப்பாகும்

கழுவுதற்கு மறந்துவிட்ட
குவளைகளின் கறைபோல
அழுந்தப் படிந்த நிஜம்
அடிமனதில் பழுப்பு நிறம்

அடங்காத சூடறிந்தால்
ஆத்தித்தர வேணுமென்பார்
கடன் சொல்லி நகர்ந்தாலும்
காத்திருத்தல் தொழில் தர்மம்

விட்டோட மாட்டாமல்
வீற்றிருக்கும் சோம்பலைச்
சொட்டுச் சொட்டாய்த் தீர்க்கும்
சூட்சுமம் கைவசத்தில்

தொண்டைக் குழிக்குள்ளே
சோர்வுகளைப் புதைக்குமிவன்
அண்டிப் பிழைப்பதில்லை
அலுப்பென்று களைப்பதில்லை

காகிதக் குவளை போல
காலவிரல் இவன் பரிவைப்
போகிற பாதையோரம்
போட்டுவிட்டுப் போனாலும்

ஆறாத தேநீராய்
அனலிருக்கும் மனமெங்கும்
சேருமொரு வாழ்வென்று
சிரித்திருக்கும் இதழிரண்டும்.

பலூன்காரன்

மாதக் கடைசியில்லை;
மாதமெலாம் கடைசி என்று
ஊதிப் பெருக்குகிறான்
உள்ளிருக்கும் வேதனையை

ஓதுவதால் ஆய பயன்
ஒன்றுமில்லை என அறிந்து
ஊதுகிறான் ஓயாமல்
உயிர்மூச்சை விற்பதற்கு

காற்றைச் சிறைவைக்க
இயலாது என்பவரின்
கூற்றைப் பொய்யாக்கிக்
காட்டுகிறான் உண்மைகளை

குழலூதும் கண்ணன்போல்
கோபியரை நாடாமல்
குழந்தைகளைத் தேடுமிவன்
குறிக்கோளில் குற்றமில்லை

இடைவிடாது இவனூதி
எடுத்துவரும் ரூபாயில்
அடுப்பூதத் தொடங்குமவன்
அரைவயிற்றுப் பட்டினிகள்

காயமிது பொய்யென்பார்
காற்றடைத்த பையென்பார்
ஓயும்வரை இவன் உதடும்
உரைக்குமந்த மந்திரத்தை

வெளியே பெரியதுபோல்
விழிகளுக்குத் தெரிவதெல்லாம்
அழிவை எதிர்நோக்கும்
அகம்பாவம் போலென்பான்

வண்ணம் யாதெனினும்
வடிவம் வேறெனினும்
எண்ணம் பிசகிவிட்டால்
எதுவுமிங்கு வீணென்பான்

ஆசைகளால் பருத்தவர்கள்
அடையத் துடிப்பதெல்லாம்
ஊசிமுனை துரோகத்தில்
உடையக்கூடும் என

பேசுகிற இவனுக்குள்
பிரியங்கள் பலியாடு
பூசலுக்குள் வாழுவதால்
தேசத்தின் குறியீடு.

மின் கணக்காளன்

உறைந்த பனித்துளியின்
உள்வெப்பம் உணர்வதுபோல்
எரிந்த விளக்கொளியை
எழுதுகிறான் கணக்கிட்டு

காட்டுகின்ற தொகை மட்டும்
கட்டினால் போதுமென்பான்
மீட்டருக்கு மேல் கேட்டு
நிற்பதில்லை தலை கவிழ்ந்து

ஆள்வோரின் கணக்கெல்லாம்
அடிவயிற்றில் நெருப்பு வைக்க
கணக்காளும் இவன் விழியில்
பூஜ்ஜியமாய் கருவளையம்

ஆண்டு பலவாக
அடைபட்ட வீடுகளைத்
தாண்டும் தருணத்தில்
தத்தளிப்பான் தனக்குள்ளே

எந்திரங்கள் மிக நிறைந்த
எவர் வீட்டுக்குள்ளேயும்
முந்தி நிற்கும் சங்கடத்தை
மூடியிட்டுத் திரும்புகிறான்

சீந்துவார் யாருமின்றி
சிலந்தி வலைபடிந்து
நைந்திருக்கும் குறிப்பு அட்டை
நவிலுமிவன் சூழ்நிலையை

அணையா குழல்விளக்கு
ஆர்ப்பரிக்கும் நகரத்தில்
தூண்டா மணிவிளக்காய்
தொடருமிவன் கரசேவை

ஒட்டிக்கொண்ட ஒட்டடையை
உதறுகின்ற நேரத்தில்
கட்டணத்தைக் கிறுக்குமிவன்
கைவலியைக் குறிப்பதில்லை

எண்ணுவதைத் துணிவதுதான்
கருமமெனச் சொன்னாலும்
எண்ணியெண்ணித் தணியுமிவன்
எண்களின் நாற்காலி.

உதவி இயக்குநர்

படமெடுக்கத் துடிக்குமவன்
பஞ்சத்திலும் சிரிக்கிறவன்
தடம்பதிக்க விரும்புவதால்
தொந்தரவை ருசிக்கிறவன்

நடைமுறையில் இருளோடு
இவன் வாழ நேர்ந்தாலும்
படச்சுருளின் வெளிச்சத்தில்
இதயத்தைக் கடத்துபவன்

இலவம் பஞ்சைப் போல்
மேல்நோக்கும் கற்பனைகள்
நிலவின் ஒளிபோல
கீழிழுக்கும் சங்கடங்கள்

விரிக்கப் பாயின்றி
வெறுந்தரையில் உருளுகிறான்
கொறிக்கப் பழைய படம்
விழித்திரையில் பருகுகிறான்

எழுதும் திரைக்கதையில்
எத்தனையோ திருப்பங்கள்
அழுகைப் பாம்பு கொத்தும்
பரமபத இறக்கங்கள்

பிரசவிக்கும் வலியுணரா
தலைப்பிள்ளைக்காரி போல
திரையரங்க மணிச்சத்தம்
கேட்குமிவன் நாடியில்

மழிக்காத தாடிமுடி
மலர்ச்சிக்கு அடையாளம்
அலுக்காத தேடலுடன்
அலைகின்றான் தினந்தோறும்

பாழடைந்த கண்ணிமையில்
படுத்திருக்கும் எதிர்காலம்
கூன்விழுந்த புன்னகையில்
கொண்டிருப்பான் தவக்கோலம்

அளந்த கனவெல்லாம்
அழகான படமாகும்
இழந்த இளமை மட்டும்
அணைந்து போன சுடராகும்.

அடகுக் கடைக்காரன்

என்னிடம் இருப்பவை
ஏழையின் புன்னகைகள்
என்பதை உரக்கச் சொல்லும்
இவனொரு வேர்வை வேடன்

கம்மலுக்கு வட்டியாகக்
காதினை வாங்கிக்கொண்டு
விம்மலைக் கொடுத்தனுப்பும்
விசித்திர உதவிக்காரன்

மோதிரக் கையால் குட்டு
வாங்குதல் மகிழ்ச்சி என்பார்
மோதிரமே குட்டும் என்னும்
மூர்க்கமே இவனின் லாபம்

சிலம்பால் மக்கள் கூட்டம்
சீரழிந்த மதுரைச் சாம்பல்
தழும்பைத் தோலாய் மாற்றி
தருவிக்கும் அவலத் தோப்பு

தங்கிய அழுக்கையெல்லாம்
தன்னிடம் வைத்துக்கொண்டு
தங்க நகை முழுகிட்டென்று
தெரிவிப்பான் தகவல் மட்டும்

கஷ்டங்கள் நேரில் வந்து
கதவினைத் தட்ட; இவனோ
குஷ்டத்தைப் போல பார்த்துக்
குறுக்குவான் மேலும் நோக

தோடுகள் அணியச் செய்த
தோதான துவாரம் பார்த்துக்
கேடெனும் கலப்பை யாலே
கிறுக்குகிறான் மகசூலுக்கு

கற்பனைக் கணக்கையிட்டு
கழிக்கிறான் மானுடத்தை
தற்கொலை சாவுக்கென்றும்
தாயகம் தானே என்பான்

எக்கடன் யார் யார் கை
ஏற்பினும், இவனிடத்தில்
சிக்கினால் சிக்கல் நேரும்
சிந்தனை மக்கிப் போகும்

கழுத்திலே கிடக்கும் செயினை
கடன்கேட்டு அடகு வைத்தால்
கழற்றிய பிறகும் இவனால்
கனக்கிறது; கருக்கிறது; அறுக்கிறது.

ரோடு ரோலர் டிரைவர்

முன்னும் பின்னுமாக
இவன் கடந்த தூரம்

மிக மிகச் சொற்பம்
அல்லது
கணக்கில் வராதது

ரோலர் ஓட்டுபவரின்
இதயம் போல இயங்கவேண்டும்
அரசாங்கம்
முன்னதில் தெளிவும்
பின்னதில் பதிவும்

எல்லாச் சாலையும்
ரோமை அடையுமா? தெரியாது
ரோலரை அடைந்தே தீரும்

ஆலையிட்ட கரும்பென
ஆக்கிய உவமையை, இனி
ரோலரிட்ட எறும்பென
கூறுதல் நவீனம்

ரோலர் ஓட்டுபவன்
கடந்த காலத்தின் மனசாட்சி
சேவைகளும் தியாகங்களும்
தெரியாமல் போவதனால்

விரைவு வாகனங்கள்
விபத்துகளின் குறியீடு
எங்கேயும் நிறுத்தலாம்
ரோலரை
எந்த பயமுமில்லாது

நெடுஞ்சாலையெங்கிலும்
கேட்கும்
ரோலர் ஓட்டுபவனின்
நீண்ட நெடிய சங்கீதம்

பிறருக்கான பாதைகளைப்
போட்டுத்தரவே
பிறப்பெடுத்தவன் போல
என்றாலும்

வந்த பாதையை மறந்துவிடாத
இவனே விரும்பினாலும்
போக முடிவதில்லை வேகமாக.

மேஜை துடைப்பவன்

இறைந்திடும் பருக்கை தொட்டு
எடுக்கிற இவனின் கையோ
நிரந்தர அழுக்கை மட்டும்
நெருங்கவும் முடிவதில்லை

சுத்தமே சோறு போடும்
சொல்வது சரிதான் போல
சத்திய வடிவைக் கண்டால்
சக்கையில் சலவைக் கோயில்

எச்சிலை எடுக்குந் தோறும்
எதிர்ப்படும் வசவு யாவும்
சச்சர வென்ற சொல்லின்
சம்பந்தி ஆவதுண்மை

வருபவர் கொடுத்துப் போகும்
வரவிலே கெட்ட வார்த்தை
பொருமலில் விரியும் கண்ணுள்
பொசுங்கிடும் வெப்ப வாடை

துடைப்பது வேலை; ஆனால்
தொடர் நிகழ் வாகிப்போன
படைப்பெனும் பாசி மீது
படிவதோ சோகத் தூசி

குப்பியில் அடைத்துவைத்த
கொடுமைகள் என்பதே போல்
எப்பவும் வேர்க்குந் தேகம்
எரிதழல் அட்சதைகள்

சாப்பாட்டு நாற்காலிக்கும்
சண்டைகள் நடப்பதுண்டு
ஏப்பமிட இடம்பிடிப்போர்
இவனுக்கு ஆளும் கட்சி

கல்லாவில் அமர்ந்திருந்தால்
கடவுளும் சைத்தானென்னு
சொல்கிற நாக்குக்குள்ளே
சுழல்வது குமட்டல் பூமி

வயிற்றுக்கு அடித்துக்கொள்ளும்
வாழ்வுதான் என்ற போதும்
கயிற்றின்மேல் நடக்கும் இவனோ
கலியுக சுத்தானந்தம்.

புல்லாங்குழல் விற்பவன்

கடற்கரைத் திட்டுகளில்
கவிந்த மாலைகளில்
உங்கள் காதலின் மவுனம்
யாரால் ஏற்பட்டதென
யோசித்திருக்கிறீர்களா?

சேரித் தெருக்களில்
சின்னப்பட்ட ஜீவன்களின்
நெஞ்சுவலி நிமிடங்கள்
யாரால் குறைக்கப்பட்டதென
யூகித்திருக்கிறீர்களா?

இருக்கிறது மோட்சமென்று
பிரார்த்தனைக் கூடங்களின்
அதீத நம்பிக்கைகள்
யாரால் நிகழ்த்தப்பட்டதென
வாசித்திருக்கிறீர்களா?

புல்லாங்குழல் விற்பவனின்
உதட்டுக்கு உவமையாக்க
எந்த ராகமுமில்லை

கண்ணில்லாதவர்களால்
மிகுதியும் மீட்டப்படும்
புல்லாங்குழல்களால்
மேனியெங்கும் முளைக்கின்றன
செவிகள்

இயல்பாக மூடத் தொடங்கி
இறுதியில் இல்லாமலேயே
கரைத்துவிடுகிறது அவன்மூச்சு

வாத்தியக் கருவிகளை
விற்பவனின் தந்திரம்
ஒருபோதும் துப்புவதில்லை
இசையின் லாகிரி வஸ்துவை

ஊதி அணையுமா
ஊழித்தீ
ஊதிக் கொண்டிருக்கிறான்
அடுப்புக்கங்கை

பசி சும்மாயிருந்தாலும்
வயிறு விடுவதேயில்லை.

ஆன்மிக வியாபாரி

நீங்கிடும் துயரம் என்று
நெருங்கிடும் பக்தர் நெஞ்சை
தீங்கெனும் குழியில் இட்டு
தீ மூட்டும் திருநீற்று பூதம்

கடவுளைக் காண வைத்து
நடத்துகிறான் வியாபாரத்தை
முடமான மனிதக் கூட்டம்
மொய்க்கிறது விலையில்லாமல்

தெரிகிறது சோதி என்பான்
தெளிவாகும் இருள் நமக்கு
புரிகிறது யாவும் என்பான்
புதிராகும் அருள் விளக்கு

உயிர்களை ஜீவிக்கின்ற
உறுதுணை நானே என்பான்
செயலிலே புனிதச் சீக்கு
செய்வதோ அநியாயங்கள்

கும்பிடப் போன தெய்வம்
குறுக்கிலே வந்தால் கூட
நம்பாதே கல்தான் என்று
நடத்துவான் காலக்கூத்து

துறவுதான் மேன்மையென்பான்
துறப்பதோ தூய எண்ணம்
உரசினால் தீட்டு என்று
ஒதுங்குவான் நம்மை விட்டு

பக்தியைக் கொளுத்தி வைத்து
படர்கிற பார்வைப் புகையில்
புத்தியை விழுங்கிப் போகும்
பூலோகச் சூழ்ச்சி தேவன்

சூடமாய் உண்மை கரைய
சூதிலே சிரித்திருப்பான்
வேடங்கள் போடும் இவனால்
வீழ்ந்தன முதலும் முடிவும்

சாமிக்குக் குத்தம் நேரும்
சொல்வதைக் கேட்டதுண்டு
சாமியே குத்தம் செய்த
சடங்குதான் இவனும் மதமும்.

ஏற்பாடு செய்பவன்

சாந்திகளை முகூர்த்தத்திற்கு
அனுப்பாது
முகூர்த்தத்திற்குச் சாந்திகளை
ஏற்பாடு செய்பவனை
என்னவென்று அழைப்பது?

ராணிகள் கைவசமிருந்தும்
ஆளத் துணியாதவன்
உறவுகளுக்கு அப்பாற்பட்ட
உறவு இவனுடையது

இருளில் வணிகமன்று
இருளையே வணிகமாக்குகிற
இவனால் எழுதப்படுகிறது
பென்னாம் பெரிய பிரபலங்களின்
இரவு நேர சுயசரிதை

சகல சௌகரியங்களோடும்
ஒரு தேசத்திற்கு உங்களை

நாடு கடத்துவான் எனினும்
மூடிய கதவுகளுக்கு அப்பால்
இவன் அகதி

வாட்டி வதைக்கும் வாழ்வின்
பிணி போக்க
காட்டிக் கொடுக்கிறான்
காமத்தை

சிவப்பு விளக்குகள்
இவனுக்கு அபாயமல்ல
வேட்புச் சின்னம்

ரகசிய தேவதைகளால்
ரட்சிக்கப்பட்டவன்
ரசிக்கப்படாதவன்
இவனுருவில் நானுணர்ந்தேன்
துறவிகளை.

தோட்டக்காரன்

எந்தெந்த மலரில் வண்டு
எழுதின கவிதை? அதனை
வந்திவன் கணக்கெடுப்பான்
வாசனை வகுப்பெடுப்பான்

பனிக்குடம் தாங்கும் புல்லைப்
பிள்ளைபோல் அணைத்துக்கொஞ்சும்
தனித்துவம் மிக்க இவனே
தாவரத் தகப்பன் சாமி

வண்ணத்துப் பூச்சிக்கெல்லாம்
வாய்த்திட்ட காதல் தோழன்
தென்றலின் அடுத்த வீட்டை
தெரிவிக்கப் பிறந்த சீடன்

பூமிக்கு வலிக்குமென்று
புரிந்தவன் என்பதாலே
சேமித்த பூவுக்கென்றும்
செய்கிறான் வைத்தியங்கள்

பறிப்பது ஈனம்; கண்கள்
பார்ப்பது லாபம் என்னும்
அறிவிப்பு செய்யும் இவனே
அகிலத்தின் தலைமை பீடம்

ஆட்டுக்கு நுனிவால் சொந்தம்
ஆந்தைக்கு இரவே சொந்தம்
தோட்டத்துப் பசுமை பேசும்
தூயவன் விரலே சொந்தம்

நாற்திசை பரவிப் பாயும்
நறுமணம் இதய பாஷை
ஊற்றுவான் நீரை; வந்த
உலகத்தின் அழுக்கு போக

தலை தொடும் வயோதிகத்தைத்
தாண்டிவிடும் குழந்தை போல
இலைகளின் உதிரம் சேர்த்து
எழுப்புவான் அழகுக் கோட்டை

இன்னொரு உயிரைக் காக்கும்
இயல்பிவன் முகவரி; இயற்கை
உண்டியல் இவனிடத்தில்
உருக்கொள்ளும் கைகளாக

செடி முகம் வாடக் கண்டால்
சிதறுவான் நெஞ்சம்; அன்னை
வடிவென வாழும் இவன்தான்
வள்ளலார் வார்த்த சோதி!

குறி சொல்பவள்

அருள்வாக்கு கிடைக்கமென
அலைகின்ற மானிடர்க்கு
பொருள்வாக்கு கொடுக்குமிவள்
பேச்சோசை தரும் 'பெண் பா'

முகக்குறியைக் கொண்டொருவர்
முற்காலம் அறியுமிவள்
அகராதியின் முதற்சொல்லோ
ஆத்தா மகமாயி, வை கண்ணை

இன்று மழை வருமென்றால்
இருக்காது; வானிலையைச்
சொன்னவளின் வார்த்தை போல்
சொன்னதென்றும் நடக்காது

கையிலொரு கோலிருக்கும்
காலத்தை அளப்பதற்கு;
பொய்யிலிவள் வாழ்விருக்கும்
போதாமையை முடிப்பதற்கு

எமன் வந்து கேட்டாலும்
எதிர்காலம் விளக்குமிவள்
அமர்ந்தவிடம் ஒருவகையில்
ஆகக்கூடும் எருமையாக

நிமிட முட்கள் சுழல்வது போல்
நிலைகொள்ளா இவள் பேச்சு
உமி நிறைந்த குருணையல்ல
உள்ளார்ந்த பெருங்கருணை

வெந்நீரில் உப்பிட்டால்
வேகுமா? கரையுமா?
மந்தைமீது இவள் பாதம்
சுவடுகளின் சுருக்கெழுத்து

அரைத்த மஞ்சள் முகத்தோடு
அகல அகலப் பொட்டோடு
உரைப்பதெலாம் வெற்றிலையின்
உமிழ்நீரா? உலைநீரா?

சுக்கிர திசை உனக்கென்பாள்;
சொல்லுகின்ற நோக்கமெலாம்
வைக்கப்போகும் தட்சணைக்கு
வரவழைத்த பெருந்தன்மை

நினைத்தது நடப்பதில்லை
நினைக்காமல் கிடைப்பதில்லை
அனைத்துமே ஜாக்கிரதை
அறிவுரை பிறர்க்கு மட்டும்.

இஸ்திரிக்காரன்

உடல் விற்கும் நடிகைகளின்
உடையைக் கேள், இவனுடைய
நடைமுறைகள் என்னவென்று
நாலுசொல் சொல்லிச் செல்லும்

அடிக்கடி கட்சி மாறும்
ஆட்களின் உடையைக் கேள்
தடுமாறும் இவனுடைய
தன்மைகளை எடுத்து வைக்கும்

சின்னச் சின்னக் குழந்தைகளின்
சீருடையைக் கேட்டுப்பார்
அன்பு கொண்ட இவனுடைய
அவஸ்தைகளைத் தொகுத்துரைக்கும்

முகூர்த்த தேதி மட்டும்
முகம் காட்டும் சேலையிடம்
எதார்த்தமாகக் கேட்டுப்பார்
இவன் பட்டபாடு கசங்க வைக்கும்

வெளுத்து வாங்கு என்பதிவன்
விளங்கிக்கொண்ட வாழ்வுமுறை
கொளுத்துகின்ற பசி நெருப்பில்
குளிர்காயும் தூய கரை

அழுக்குகளைக் குளிப்பாட்டி
அலங்காரம் செய்யுமிவன்
பழக்கத்தை உதறிவிட்டால்
பரம்பரையே அழுக்காகும்

வேறு யாரும் அறிந்திடாத
வெள்ளுடை ரகசியத்தைத்
தீரத் தீரத் துவைக்குமிவன்
தின இருளின் சுழல் வெளிச்சம்

கறைகளை விலக்குமிவன்
கரையேற மடிக்கிறவன்
சுருக்கமுள்ள இடங்களுக்குச்
சூடுவைத்துப் பிழைக்கிறவன்

நெஞ்சுள்ளே வெள்ளாவி
நினைவோடு கொதித்திருக்கும்
கஞ்சிபோட்ட உடைகளுக்குள்
கலர்கனவு கரைந்திருக்கும்

கந்தலைக் கசக்கிக் கட்டு
காதுக்குள் விழுந்தாலும்
நொந்திடும் உயிரின் சாயம்
நொறுங்குகின்ற சோப்பு நுரை.

தண்ணீர் லாரிக்காரன்

ஏரிகள் பொய்த்தன
நிலத்தடி நீர்
நிர்வாணமானது ஈர ஆடை
இல்லாததால்

ஆறுகள் குளங்கள்
ஆகிவிட்டன நிர்க்கதி
அருவிகள் வீழ்கின்றன
அலங்காரப் புகைப்படத்தில்

இவற்றுக்கு நடுவே
குறுக்குநெடுக்காக
பயணிக்கும்
தண்ணீர் லாரிகளில்
மாறுவேடத்தில் தெரிகிறார்
வருண பகவான்

பிளாஸ்டிக் குடம் பூக்கும்
தார் செடிகளில்

நித்தம் பறிக்கிறார்கள் மக்கள்
தண்ணீருக்குப் பதிலாக
தவிப்பை

அழிந்த காடுகளின்
அத்தாட்சிபோல நிற்கிறார்கள்
இவனும் கிளீனரும்
இருப்பதையெடுத்து
இல்லாதார்க்குப் பங்கிடுதல்
சமத்துவமென்பதால்
நகரமிவனை நம்புகிறது
உயிர்வாழ

தாக சாந்தி தருபவனே
தரணிக்குப் புகழெனினும்
நாலணா எட்டணாவில்
தீர்கிறது இவன் தேவை

அள்ள அள்ளக் குறையாத
அமுதசுரபி இருந்த நாட்டில்
மொள்ளமொள்ளத் தீராத
ஊற்றிருக்கிறதா
எங்கேயாவது

இடித்தாலும்
இவனிடம் மட்டும் கேட்க முடியாது
கொஞ்சமேனும் உனக்கு
ஈரமிருக்கிறதாவென்று.

கசையடிக்காரன்

உன்னையொருவன் தாக்குகையில்
உணர முடியும் பகையென்று
தன்னைத் தானே தாக்குமிவன்
தன்மைக்கிங்கே யாது பொருள்?

அடிமேலடிகள் விழுந்துவிட
அம்மிக்கல்லு நகருமெனில்
முடிவேயின்றி இவன் தன்னை
முட்டிக்கொள்வது சோகரசம்

இன்னொரு கன்னம் காட்டிடுக
இயேசு சொன்னது அமைதிக்கு
தன்னுயிர் சொட்ட தாக்குமிவன்
தருகிற தகவல் வறுமைக்கு

கண்ணடி பட்டால் காதலெனும்
கவிதைகளுண்டு ரசிப்பதற்கு
தண்டனைபோல கசையடித்து
தட்டுகளேந்தும் நிலையெதற்கு?

கதிரடி பட்டால் நெல் குவியும்
கணக்கு உள்ளது வயற்காட்டில்
முதலடி பட்டால் நஷ்டம் வரும்
மூத்தோர் சொல் மனக்கூட்டில்

தன்னைப்போல பிறவுயிரை
தரிசிக்கத்தானே வேண்டுமென
தன்னைத் தாக்கி உலகியலைத்
தண்டிக்கிறானோ? புரியவில்லை

இன்னொரு ஜென்மம் வந்தாலும்
இப்படியே நாம் அடிபடுவோம்
என்பதைச் சொல்லித் தரத்தானோ
எதிரே வருகிறான்? தெரியவில்லை

அன்னைதந்த பால்முழுதும்
அய்யோ வழியுது உடலெல்லாம்
முன்னம் யாரோ செய்தபிழை
முற்றிவிட்டது தெருவெல்லாம்

சலங்கை கட்டிய பாதங்கள்
சாட்டையடியில் குலுங்கிவிடும்
அலங்கோலத்தை வெளிக்காட்டும்
ஆவணமென்பது விளங்கிவிடும்

அடிபோல் உதவ மாட்டார்கள்
அண்ணன் தம்பி ஆனாலும்
தடந் தோள் துடிக்கும் இவனென்னும்
தரைமேல் நடக்கும் வேதாளம்.

பாத ரட்சகன்

உன்னுடைய செருப்பாகி
உழைப்பேன் நான் அயராமல்
என்பவரில் எவரேனும்
இவனாக நினைத்தோமா?

உன்னுடைய பாதத்தில்
கிடப்பேன் நான் விலகாமல்
என்பவரில் எவரேனும்
இவன் போல இருந்தோமா?

காலணியின் புழுதிகளைக்
கைகொண்டு நீக்குமிவன்
தோலுரசும் அழுக்குகளைத்
துளியேனும் துடைத்தோமா?

அரியணையில் செருப்பு வைத்து
ஆட்சி செய்ய அனுமதித்தோம்;
ஒருபொழுதே னுமிவன்
உயிர்வலியை அறிந்தோமா?

தோளுக்கு மரியாதை
தூயதொரு மாலையெனில்
காலுக்கு இவனின்றி
கிடைக்குமா கௌரவங்கள்?

காரியங்கள் முடிவதற்குக்
கால்பிடிக்கும் கூட்டத்தில்
வாரறுந்த செருப்பு இவன்
வாழ்வுக்குத் தாய் போல

எங்கு நாம் விலக்கப்பட்டோம்
என்றறியா செருப்பைப் போல்
சங்கடத்தில் தொலையுமிவன்
சரிவுகளின் தேய்மானம்.

பாதியிலே கழுத்தறுக்கும்
பகைபோல நம்செருப்பு
வீதியிலே அறுந்துவிட்டால்
விழுந்தேந்தும் இவன் கையை

என்றேனும் மதித்தோமா?
எதையேனும் கொடுத்தோமா?
நண்பனாகி இவனுடைய
நலம் கேட்டு நடந்தோமா?

விலை மிகுந்த செருப்புகளை
வீட்டுக்குள் வைப்போரே
கலை மிகுந்த இவனை நாம்
காதலிக்க மறந்தோமா?

தெரு ஓவியன்

கேடு முழுவதுக்கும்
காரணமான ஒரு தலைவனை
அவன் வரைந்தபோது
பிணம்போல மக்கள் கூடி
வேடிக்கை பார்க்கிறார்கள்

சவமில்லை என
உயிர்கொடுக்க முயலுகையில்
சில்லறைகளை வீசி
பிச்சைக்காரனாக்குகிறார்கள்
தலைவனை

விவரமறியா குழந்தைகள்
விடலைகள் ஏன்
கன்னிப் பெண்களும்
சிலாகிக்கிறார்கள் அதன்
தத்ரூபத்தை

யாருடைய லிபியிலும்
அவனது பெயரில்லை
கிடைக்கும் பாராட்டைக்கூட
சேமிக்கும் லாயக்கற்றது
அவன் கலாநேசம்

தலைவர்களைப் போல
தெய்வங்களையும் வரைகிறான்
விரல் தேய

இயற்கையைக் கிறுக்கும்
சந்தர்ப்பத்தில் மறக்காமல்
பறக்கவிடுகிறான் குருவியை
ஓரிரு தென்னை மரங்களை

இடத்தைப் போன்றே
கூட்டத்தை வைத்தே
கணக்கிடுகிறான் விலையையும்

எப்போது வந்து காசுகளைப்
பொறுக்குகிறான் என்றோ
யாரால் அவ்வோவியம்
அழிக்கப்படுகிறது என்றோ

தேடியலைந்த போது
என்னை வரைந்து கொண்டிருக்கிறான்
இன்னொரு வீதியில்.

சித்தாள்

கருப்பையைக் கத்தரித்த
கன்னியரை நாமறிவோம்
இரைப்பையே இல்லாமல்
இருப்பாரா யாரேனும்?

கல்லிருக்கும் அரிசியெனில்
களைவதிலே தவறில்லை
கல்லுடைத்து அரிசி வாங்கும்
கதையிங்கு யார் பிழையோ?

மாதங்கள் பத்து மட்டும்
மடியிலே சுமந்துவிட்டு
போதுமடா சாமி எனப்
புலம்புகிற பெண்ணினத்தில்

தனதுயிர் வற்றும்வரை
தலையிலே சுமைதாங்கி
மனக்குறை முடியாமல்
மண்டியிடும் இவள் வறுமை

வீடுகட்ட மணலள்ளி
விரைகின்ற போதுமிவள்
பாடுபட்ட சுவடுகளைப்
பதிப்பதில்லை எதன் மீதும்

தொப்புள் கொடியறுத்து
துண்டித்த குழந்தைகளைக்
கப்பிக்கல் உடைத்தேனும்
காப்பாற்றும் ஆதித்தாய்

நிமிண்டும் பசியோடு
நிம்மதியும் காணாமல்
சிமெண்ட்டுப் பாலுண்ணும்
சிசுபோல இவள் மேனி

உடலழகை மூடுதற்கே
உடுத்துவார்கள் புடவையை
படருமிவள் முந்தானையோ
பாரமேற்கும் சும்மாடு

ஆஸ்திபோல் அவஸ்தைகள்
அம்பெறிந்து போனாலும்
மேஸ்திரிக்கு முன்னிவளோ
மெலிந்து நிற்கும் வில்லாக

திட்டுவாரோ எனப் பயந்து
தோலுரியும் சிராய்ப்புகளைக்
கட்டுமானக் கலவையோடு
கரைந்துவிடும் உடல்கம்பி.

கிளி ஜோசியன்

இட்ட நெல்லைக் கொறிப்பதற்காக
ஏதேனுமொரு சீட்டை
எடுத்துத் தருகிறது கிளி
வைத்த காசுக்காக
இவனும்

தெரியவில்லை சூட்சுமம்
ஜோசியத்தின் சக்தி
சீட்டிலிருக்கிறதா
வாக்கிலிருக்கிறதா

ஒருமுறை வந்த தெருவை
இன்னொருமுறை
பார்க்க விரும்பாத இவனே
பார்த்துச் சொல்கிறான்
ஒவ்வொருவரின் காலத்தையும்

நெற்றி நிரம்பிய
சந்தனக் கீற்று அணில் முதுகு
அது ராமர்கோடல்ல
பாவக்கோடு

கோலாய் மடிந்த ரெக்சீன் தாள்
மர்மம் நிறைந்த
மானுட நாவல்
உலை பொங்க முடிகிறது
இவனால்
ஓரிரு நெல்லைவைத்து
மொத்தக் குடும்பத்திற்கும்

சொல்லை நம்புவோர்
கவிஞரெனில்
நெல்லை நம்புதல்
ஏது பிழை?

அடைபட்ட கிளியின்
நாக்குகள் அறிவதில்லை
இவன் போலச்
சொல்வதைத் திருப்பிச் சொல்லும்
தந்திரத்தை

அவசியம் பாருங்கள் ஜோசியம்
உங்களுக்கென்ற மாயையில்
இவனுக்காகவும்
கிளிக்காகவும்.

ரயில் பாடகன்

பின்வாசல் துளசி மாடம்
பேருந்தில் ஜன்னல் ஓரம்
என்பதுபோல் இவனின் பாடல்
எல்லார்க்கும் விருப்ப விருந்து

அன்னையர் பாடும் பாடல்
உறங்கினால் அணைந்து போகும்
அன்பிதழ் பாடும் பாடல்
அணைப்பிலே அதிகமாகும்

ஒன்பது வாசல் கீறி
உட்புகும் இவனின் பாட்டோ
உண்மையில் இறுதி வரை
உரையாடும் செல்களோடு

உப்பாத வயிற்றுத் திடலில்
உதைபடும் பசியின் பாட்டை
துப்புகிறான் செவிகள் கேட்க
தெவிட்டாத விதியின் வேட்டை

குரலினிது எனப் புகழ்ந்து
கொடுக்கின்ற சில்லறையில்
இருமலுக்கு மருந்து வாங்கும்
இன்னலிசை ஏழுஸ்வரம்

சரணங்கள் முடிந்த பின்பு
சரணடையும் பல்லவி போல்
நரம்புக்குள் இவனுமொரு
நடமாடும் நாதஸ்வரம்

துளையிட்ட மூங்கில் வீட்டில்
துயில்கின்ற ராகமெல்லாம்
களைவெட்டும் என்பதே போல்
கதறுகிறான் கருணைக்காக

தண்டவாள ஜெயிலுக்குள்
தடதடக்கும் துயருக்குள்
என்றேனும் விடியாதா
எனக்கேவும் ரயில் சேவல்

இட்டவர் பிச்சையென்பார்
இடாதவர் கொச்சையென்பார்
பட்டதைப் பாடிச் சென்றால்
பாவம்போல் விலகிச் செல்வார்

நிறுத்தங்கள் வந்தால் கூட
நிற்காமல் அலையும் பாடல்
தரித்திரத்தை வெல்வதுண்டு
தலைகுனிவைச் சொல்வதில்லை.

பாம்பாட்டி

ஊதுகிறான் மகுடியை
ஏதோவொரு லயத்தில்
கடன்பட்டார் உள்ளமென
உடன்பட்டு பாம்பாட

சொல்லில் நஞ்சுணரும்
சூட்சுமம் புரிந்ததனால்
பல்லில் விஷமிருக்கும்
பாம்பிடத்தில் இவன் பிரியம்

சிவனுடைய கழுத்துவரை
செல்வாக்கு பெற்ற பாம்பு
இவனுடைய சொல் கேட்டு
மண்டியிடும் தலை கவிழ்ந்து

கொத்தினால் மரணமென்று
குலைநடுங்கிப் போவோரை
வித்தையால் மிரட்டுகிறான்
விதைப்பதில்லை அச்சத்தை

பள்ளிகொள்ள திருமாலின்
பாயாக விரிந்த பாம்பு
துள்ளாமல் இவன் விரலில்
தொங்குமொரு சணல் போல

நல்ல பாம்பென்னும்
நாமமிடும் முன்னாலே
பாம்பை நல்லதென்று
பரப்பியது இவன் உதடு

நெளிந்துபோன கனவுகளை
நேராக்க முயலுமிவன்
வைத்திருக்கும் கூடைக்குள்
சைத்தானின் நிழலுருவம்

புற்றுக்குப் பால் வார்த்து
பொருமலை உதிர்க்கும் தாய்
கற்றுக்கொள்ள வேண்டுமிவன்
கண்கட்டும் தந்திரத்தை

என்றுமே மாணிக்கம்
கக்காதெனத் தெரிந்தும்
ஆடுகிறான் பாம்போடும்
அடங்காத வீம்போடும்.

துப்புரவாளன்

வீட்டிலே குப்பை என்றால்
வீசுவோம் வெளியில்; உள்ளக்
கூட்டிலே குப்பை வந்தால்
வீசிடும் நம்மை வெளியே

வீதியில் கிடக்கும் குப்பை
வேண்டிடும் இவன் கரத்தை
வேதனை துடைப்பத்தாலே
விரட்டுவான் காலக் கழுகை

குப்பைகள் குழந்தை போல
குறுநகை புரியும் மண்ணில்
அப்புறப் படுத்தா விட்டால்
அழவைக்கும்; அசிங்கம் செய்யும்

துணியிலே அழுக்கு சேர்ந்தால்
துவைப்பது எளிது; கொண்ட
பணியிலே அழுக்கை வைத்தல்
படைத்தவன் செய்த குற்றம்

உருட்டிய அழுக்கால் மனிதம்
உருவான ஜோடனைக்கு
இருக்கிறான் சாட்சியாக
இயற்கையின் நீட்சியாக

தவறினைக் குப்பை என்று
தத்துவம் பிதற்றும்; தீயக்
குவளையில் அமில நீரைக்
குடிப்பதே உலகின் வேலை

தன்வரை சுத்தம் பார்த்து
தலைமுறை உழல்வதாலே
வன்முறை அழுக்கு நாட்டில்
வளர்ந்தன மேலும் மேலும்

கொட்டுதல் யார்க்கும் சுலபம்
கூட்டுதல் கொடிது; இன்பப்
பெட்டகம் போன்ற அன்பை
பெருக்குதல் மருந்துச் சீட்டு

மக்கிடும் குப்பை என்றும்
மக்காத குப்பை என்றும்
வைக்கிற பலகை மீது
வழிவது தூய்மைத் திரவம்

பரிசுத்த ஆவி தேடி
பதுங்கிடும் ஞானிக்கெல்லாம்
தெரியுமா இவனை என்று
பேய்களைக் கேட்க வேண்டும்.

ராட்டினக்காரன்

சதுரத்தை விடவும்
வட்டங்கள் சவால் நிரம்பியவை
அதிலும்
சுழல் வட்டங்கள்
சூட்சுமம் மிக்கவை

இயங்கும் புவியில்
எதைத் தவிர்த்தாலும்
முடியவே முடியாது
வட்டங்களின் சுழற்சியை

சொத்துவட்டம் சூழ்ச்சிவட்டம்
காதல்வட்டம் கவிதைவட்டம்
தாய்சேய் தொப்புள்வட்டம்

வட்டத்துக்கு வெளியே
வாழ்வதாகச் சொல்லும் எவரும்
வட்டத்துக்குள் சிக்காமல்
வாய்க்காது நிம்மதி

கீழிருப்போர் மேலாக
மேலிருப்போர் கீழாக
மாறிமாறி உழல்வதை
உற்று வெறிக்கிறான்
ஒரே இடத்தில் நின்று

திருநாள் தெருக்களில்
மேலும் மகிழ்ச்சியை
கொண்டுவருகிறான் குழந்தைகளுக்கு
ஏதோவொரு ராட்டினத்தில்
எப்படிச் சுழல்கின்றதோ
இவனது எதார்த்தம்

ஆட்டுவிப்பான் ஒருவன்
ஆடுகிறோம் நாமென
வேதாந்தப் பிரசங்கிகளின்
வேறொரு நகலிவன்

முதல் புள்ளியில் தொடங்கி
அதே புள்ளியில் முடியும்
சக்கர எண்ணிக்கையிலிருந்து
தவறி விழுகின்ற இவனது
எண்ணக் குழந்தைகள்

ராட்டினக்காரனுள்ளவரை
நம்பத்தான் வேண்டும்
உலகம் உருண்டையென.

பழைய புத்தக வியாபாரி

தெருவோர நூலகன்; படிக்கத்
தெரியாத வாசகன், தேர்ந்த
வறுமைக்கு அறிவை விற்கும்
வாத்தியார் என்பேன் இவனை

படித்தவர் வேலை இன்றி
பாவமாய்த் திரிய; இவனோ
படிப்போரைக் கொண்டு வாழும்
பாமரப் பள்ளிக்கூடம்

வேதநூல்; வீட்டுக் குறிப்பு;
வேதியியல்; கலையைப் பேசும்
ஆதிநூல்; அறத்தைக் காக்கும்
அகராதி; இத்தனை பிரிவில்

எந்த நூல் உயர்வு? இல்லை
எந்த நூல் தாழ்வு? இவனின்
சிந்தைக்குத் தெரிந்ததெல்லாம்
சில நிமிட பேரம்; முடிவில்

கிழிந்த நூல் தைக்கக் கூடும்
கிழிபட்ட நாளை; யாரோ
இழந்ததை எடுத்து விற்கும்
இவனொரு காகித மேய்ப்பன்

படித்தென்ன கிழித்தாய்ச் சொல்க
பழிபேசித் திரியும் நம்மில்
படிக்கவே கிழிந்த நூலைப்
பரப்புவான் கிழிசல் மூட

வைத்தகண் வாங்கா வண்ணம்
வாசிக்கும் பழக்கம் கொண்டால்
புத்தகப் புழுவே என்று
புகழ்வோம்; ஆனால் இவனோ

புழுமேயும் புத்தகத்தைப்
புழுதியான உட்கருத்தை
கழுவாத வயிற்றுக்காகக்
கடைவிரிப்பான் கூவிக்கூவி

உள்ளிருக்கும் மகிமை யாது?
ஒருபோதும் உணர்ந்தானில்லை
செல்லரித்த பழுப்பு நூலாய்
செலவழிவான் சகாய விலைக்கு

புதியநூல் வாங்கி அதிலே
பூக்கின்ற வாசம் நுகர்வோர்
விதியதன் நெடியை இவன்மேல்
வீசுதல் அறியக் கடவீர்.

சிகை அலங்காரன்

ஆண்களின் வாடை மட்டும்
அடிக்கிற தேசம்; அறையின்
தூண்களில் ஏனோ பெண்கள்
துணியின்றித் தொங்கும் காட்சி

முடிவில்லா இவனின் பந்தம்
முடியோடு முடிவதில்லை
அடிப்பது மொட்டை எனினும்
அரசியல் இவனுக்கில்லை

வடிவான அழகைத் தேடி
வருவோரின் தலைவாசல்
பிடிப்பது கத்தி; ஆனால்
பிறர்க்கிவன் அகிம்சாவாதி

இழுப்பறை மேசை மீது
இழப்புகள்; சோப்பு நுரைகள்
கழுத்திலே துண்டை இடுவான்
கடன்கேட்டு வருத்த மாட்டான்

யார்தலை உருண்டதென்று
எழுதிடும் செய்தித்தாளைப்
பார்த்திட பலபேர் வருவார்
'பார்' பர்ஷாப் அதுதான் போல

எத்தனை பெரியோர் எனினும்
இவன் முன் தலையைக் குனிவர்
குத்தமேதும் செய்யாவிடினும்
கத்திரி வெட்டப் பணிவர்

தலைகாட்டச் சொல்வான் அன்றி
தலையாட்டப் பொறுக்க மாட்டான்
வெளிநாட்டுப் பெயர்மேல் மோகம்
விளைந்ததேன்? விளங்கவில்லை.

கண்படும் இடங்கள் தோறும்
கண்ணாடிச் சுடர்கள்; அதிலே
தன்முகம் சிரிப்பில்லாமல்
தழல்வதைக் கண்டானில்லை

தலைதரத் துணிந்து பல்லோர்
தன்னிடம் வருவதாலே
உலகமே தனக்குக் கீழே
என்றவன் சொன்னானில்லை

தலைக்குமேல் வேலை என்று
தலைவிதி நொந்ததில்லை
தலைக்குமேல் போயிற்றென்பான்
சாணில்லை; முழமும் இல்லை.

பேப்பர் போடுபவன்

பேப்பர் போடுபவனின்
சைக்கிள் மணிக்குத் தெரியாது
நெரிசலில்லாத் தெருவில்
அதிகாலைகளில்
எதற்காக ஒலிக்கிறோமென

கிறுக்கிக்கொண்டிருந்த
மார்கழிக் கோலத்தை
விட்டு விலகி கண் விரிக்கிறாள்
எவளேனும்
சுடச்சுட வருகிற இவனை
முன்வைத்து

இதே பிரதேசத்தில்
இன்னொரு மூலையில்
அலங்கோலப்பட்ட
சம்பவம் எதுவுமறியாமல்

எறிந்து போவான் செய்தியை
ஒருபோதும்
விட்டெறிந்துவிட மாட்டான்
விடியலை

அடைமழை வைகறையில்
அக்கறை கொள்வான்
தேகத்தைக் காட்டிலும்
காகிதம் நனையாதிருக்க

காலை எழுந்ததும்
படிப்பென்பான் பாரதி
படிக்கிறான் இவனோ
காலைகளை

கொடூரம் நிரம்பிய
சமூகக் கேடுகளைச்
சற்றும் தயக்கமின்றி
தூக்கி எறிகிற முதல்வகை
இவனுடையது

கவலைகொள்கிறான்
பேரழிவு நிகழும் நாட்களில்
செத்தவர்க்கு மாற்றாக
தாமதமாய் வந்த
செய்திக்காக

எழுதும் கை பிரிக்கும் கை
இவை இரண்டையும் இணைக்கும்
இவன் கை வாடிக்கை

ஊருக்குப் போய் திரும்புகையில்
உட்கார்ந்திருக்கிறது
அதே இடத்தில்
இவன் கையும் பத்திரிகையும்.

போக்குவரத்துக் காவலன்

இருக்கிற செல்வமெலாம்
இழந்துவிட நேருகையில்
தெருவுக்கு வந்ததாக
தேம்புவார் மனசொடிந்து

இருப்பது தெருவெனினும்
இவனிதயம் பதைப்பதில்லை
உருக்குகிற வெயிலெடுத்து
உடுத்துகிறான் உளமாற

மேகமழை உண்டுவாழும்
சக்ரவாஹப் பறவை போல்
வாகனத்துப் புகை உண்டு
வாழுமிவன் ஆண் பருந்து

கோட்டுக்குள் நிற்காமல்
முன்னேறத் துடிப்பவரைச்
சீட்டெழுதித் தண்டிக்கும்
தெருவோர ஈசனிவன்

வேலைக்குப் போவதாக
வீடுவிட்டுக் கிளம்பினாலும்
சாலைகளே இவனுக்குச்
சபையாகும் அரசோச்ச

பூர்வீகச் சாபத்தைப்
புறமொதுக்க வழியின்றி
தார்ச்சாலை மீது தினம்
தகித்திருப்பான் வழிகாட்ட

செவிப்பறை மோதுகின்ற
ஹாரன் சப்தத்தில்
தவிப்புடன் விலக்குகிறான்
தன்வீட்டு நெரிசலையும்

அடுக்கில்லா வேகத்தில்
அலைபாயும் ஊர்திகளை
தடுத்துப்பின் நெறிப்படுத்தும்
நடுத்தெரு நெசவாளன்

இடதென்றும் வலதென்றும்
இலக்கின்றிப் பாதைகளைக்
கடந்துசெல்லும் ஆணவத்தைக்
கடிந்துரைக்கும் இவன் நாக்கு

கண்ணிமைக்கும் சமயத்தில்
கனவுவந்து ஸ்தம்பிக்கும்
முன்நிமிர்ந்து ஞானம்பெற
மூவிளக்கு போதிமரம்.

திறப்பாளன்

அறியாமை பூட்டுக்குள்ளே
அகப்பட்ட மனித மூளை
சரியான சாவிக்காகச்
சரிந்ததே சரித்திரங்கள்

உருவான சோகப் பூட்டை
உடைத்திட மனமில்லாமல்
பொருமிடும் எதார்த்தத்தில்
பொசுங்குமிவன் இதயச் சாவி

பொருள் வைத்துப் பாதுகாக்க
எதுவுமில்லை; காலமெனும்
கருவறையில் தாய்ப்பூட்டு
கண்டெடுத்த சாவி இவன்

எளிதாகத் தொலைத்து விட்டு
எப்படித் திறப்பதென்னும்
தெளிவிலா விரல்களுக்குத்
தெரியுமிவன் கைங்கர்யம்

ஊட்டிய உறவை நீக்கி
உள்ளிருந்த அன்பைத் தாக்கி
பூட்டுக்குள் சிக்கிக் கொண்ட
பொய்மையை உதடு கக்கும்

ஆப்பிளைச் சாவியாக்கி
ஆண்டவன் பிறக்க வைத்தான்
சாப்பிட்ட ஏவாள் மட்டும்
ஜெகத்திலே பாவமுற்றாள்

மர்மத்தை அறிவதற்கு
மனிதர்கள் பயந்ததில்லை
கற்பனை இரும்புப் பூட்டை
கனவுகள் திறப்பதுண்டு

இல்லையொரு சாவியென
இவனிடத்தில் வருபவர்கள்
உள்ளதைத் திறந்து சொல்ல
ஒரு போதும் விடுவதில்லை

உள்ளத்துத் தீதுகளை
ஒப்புவைக்க இயலாமல்
கள்ளத்தனம் இவனிடத்தில்
கைகட்டி வாய்பொத்தும்

திறந்திடச் சாவி தேவை
தேடினால் கிடைக்கும்; எனினும்
இறப்பெனும் பூட்டை மட்டும்
எவர்வந்தும் திறந்ததில்லை.

கூர்க்கா

எத்தனை அச்சமுடைய
மனிதர்கள் வாழ்கிறார்கள்
இப்பெரும் நகரத்தில்

உடமையை உயிரைக்
காபந்து பண்ண இவனை
நியமித்துவிட்டு

உறங்கமுடிகிறது நிம்மதியாக
தலையணையைக் கட்டிக்கொண்டு
போக்கிக்கொள்கிறார்கள்
பகலில் சேமித்த அசதிகளை

கதவிடுக்குகளிலிருந்து வெளியேறும்
சிறுசிறு சிணுங்கலுடனும்

அர்த்த ராத்திரிகளின்
அகம்பாவ இருள்வெளியைக்
கைவிளக்குச் சகிதமாய்க்
கையாளுகிறான்

எந்த நாய்களும் இவனைப் பார்த்துக்
குரைப்பதில்லை
மவுனமாய் நகர்ந்து
நன்றி தெரிவிக்கிறது வாலாட்டி

இரவை மலர்த்தும்
புன்னகை மகரந்தங்களை
வாரித் தருகிறான்
எட்டாவது வள்ளல் போல

நல்லநாள் பெருநாள்
நமட்டுச் சிரிப்புகளோடு
விடைபெறுகிறார்கள் ஜனங்களும்

அரசு பேரரசு
அதற்கு மேலான வல்லரசு
சொப்பனங்களைக் காண்கிற
எவரிடமாவது சிக்குமா
இவனது கனவு குறித்த கரிசனம்

வீடு மனைவி குழந்தை
எதுபற்றிக் கேட்டாலும்
இவனிடம் வரும் ஒரு சொல்
"சில்லறையிருந்தா கொடு சார்"

ஐஸ் வண்டிக்காரன்

ஒத்தையடிப் பாதைகளில்
ஓடும் இவன் சைக்கிளுக்கு
எத்தனை நெளிவுகளோ
அத்தனை இவனிடத்தும்

குறுக்கும் நெடுக்குமாக
குழந்தைகள் ஓடிவர
அடிக்கும் மணியோசை
அல்லலின் ஒலிபரப்பு

வெக்கைமிக்க கோடைக்கு
வீடாகும் கருந்தேகம்
தொக்கி நிற்கும் உயிர்மட்டும்
தொடர்ந்துவரும் பெரும்பாரம்

பெட்டிக்குள் குளிர்ச்சியை
வைத்திருப்பான்; தன்னுடைய
எட்டடியைச் சுமக்கிறான்
இன்னுமொரு பெட்டியாக

மூப்புவர முனகல் வரும்
முழுதாகத் தடைகள் வரும்
சூப்புமந்த ஐஸ்குச்சி
சொல்லித்தரும் வாழ்க்கையை

ஒழுகலாம்; வழியலாம்
உருவம்கூட கரையலாம்
அழுகமட்டும் கூடாதென்று
அடம்பிடிக்கும் இவன் இதயம்

ராம பாதம் பட்டுவிட்டால்
தீர்ந்துவிடும் சாபமென
ஆமை போல் நகருமிவன்
ஆண்குலத்து அகலிகை

தலையிலே ஐஸ் வைத்தால்
தருவார்கள் யாவுமென
வலையிலே சிக்காமல்
வாழுமிவன் ஈர நெருப்பு

யாரேனும் கைதந்தால்
ஏறுவோம் மேலே; இவனோ
யாரெதிரில் வந்தாலும்
இறங்குவான் சிரித்துக்கொண்டு

இறங்குவதும் ஏறுவதும்
இயல்புதான்; இதற்குள்ளே
உறங்குகிற செய்திகளை
யாரறிவார் இவனன்றி.

மைக்செட்காரன்

கிராமத்துக் குறும்புகளின்
சகல ஜாடைகளோடும்
ஒருவனைப் பார்க்கமுடியுமெனில்
அவனது தொழில்
மைக்செட் கட்டுவதாயிருக்கும்

ஒளிமயமான எதிர்காலத்தைக்
கேட்டுப் பழகியிருப்பான்
பாடல் வரிகளாக

தொடைதட்டும் பேச்சுவல்லுநர்களின்
தைரிய நோயை
மின்வெட்டு நிகழும்
மிதமான இரவுகளில்
கண்டவனாகவும்

தாராளமயத்தை எதிர்க்கும்
கஞ்சப் பிரபுக்களை
ரொம்பவும் தெரிந்தவனாகவும்

லஞ்சத்தைத் தோலுரிக்கும்
கலகக்காரனின்
புத்தி சுவாதீனமற்ற
பொருமலைப் பொறுப்பவனாகவும்

பட்டிமன்றக் குடும்பிகளின்
தப்பிலித்தனங்களை
நங்கு பலிப்பவனாகவும்

கலைந்த கூட்டத்தில்
கடைசி ஒருவனாகவும்

என்னவென்றே
விளங்காத இக்கவிதை போல
ஒவ்வொரு கூட்டத்திலும்
சொல்லிக்கொண்டேயிருக்கிறான்
ஹலோ மைக் டெஸ்டிங்
ஒன் டூ த்ரீ..

பஞ்சுமிட்டாய்க்காரன்

இனிப்பைப் பிரதானமாகக்கொண்டு
தயாரிக்கப்படும் மிட்டாய்களின்
தனித்த இயல்புகளைக்
குழந்தைகள் மட்டுமே அறியும்

அம்மிட்டாய்களின்
ரகசியங்களை
அவற்றின் நுட்பமான வேறுபாட்டை
உணரத்தேவை மழலை மனது

மிட்டாய்களைப் பற்றி எழுதுவது
மிட்டாய்க்காரனைப் புகழ்வதாகாது

கருநாக்கு பலிக்குமென்னும்
சொற்றொடர்களைப்
பொய்யாக்குவது போல
அத்தனை நாக்குகளையும்
ஆக்கிவிடுகிறான் சிவப்பாக

சகடை சுழலும் இவனது
சக்கர இயங்குதலில்
கறுப்பு வெள்ளைக் காலங்கள்
செம்பஞ்சு நிறமாகிவிடுகின்றன

வானவில்லை நீர்த்த
வியப்போடு பிள்ளைகள்
ஏந்துகின்றன கைகளில்
வெற்றிக் கோப்பைகளாய்
மிட்டாய்களை

அன்னமூட்ட அம்புலிகாட்டும்
தாயின் நுணுக்கமான
பாச வெளிப்பாடுகளின்
கூட்டல் இவனது
கொஞ்ச நேர சௌந்தர்யம்

எங்கு வீசுவதென
தெரியாமல் திணறும்
குழந்தைகளின் விரல்களில்
சிம்புக்குச்சிகள்
இவனது விரல்களில்
வாழ்க்கை அல்லது
வயிற்றுப்பசி.

கழைக் கூத்தாடி

பாசமெனும் கயிறுகளால்
பிணைக்கப்பட்ட உறவுகளை
வேஷமிட்டு கயிற்று மேல்
வெளிப்படுத்தும் வேதாந்தி

நந்தவனத்து ஆண்டியென
நடுத்தெருவில் ஆடுமிவன்
நொந்தகதை ஊரறியும்
நொறுங்குதலே இதுவரையும்,

ஆதி அந்தன் சாம்பலுக்கு
அளித்திட்ட கௌரவத்தைப்
பாதம்பட்ட மண்ணுக்கும்
பரிமாறும் நவநடனன்

திருவாளர் பொதுஜனங்கள்
திரண்டுவிட்டால் குவிந்திருக்கும்
இருவிழியும் நெருப்பாகி
இயற்றுவது யுகப்பதிகம்

தட்டினாலும் திறக்காத
தயைமிகுந்த கதவுகளைக்
கட்டிவரும் பாட்டுவிரல்
கரையவைக்கும் திடலின் அலை

அஞ்ஞானக் கம்பிக்குள்
அடைபட்ட மனுஷத்தை
அஞ்சாமல் உடல் வளைத்து
அவிழ்க்கின்ற அலங்காரன்

எல்லாமே மாயமென
ஏகடியம் செய்யாமல்
நல்லோரின் கைத்தட்டை
நாடுமிவன் நுரையீரல்

எலும்புக்கும் சதைகளுக்கும்
இடைப்பட்ட உயிரியலைக்
கலைகளுக்கும் கண்ணீருக்கும்
கைமாற்றும் தெருத்தொண்டன்

அந்திவர ஆட்டமிட
அநேகம்பேர்; அடங்காவண்ணம்
சந்தியிலே ஆடுமிவன்
சலங்கைக்குப் பிறந்த மகன்

ஆட்டுவிக்கும் பரம்பொருளை
அவ்வப்போது அறிவதுபோல்
காட்டிநிற்கும் இவன் சிரிப்பு
கவலைகளின் மறுபதிப்பு.

நடத்துநர்

நடந்ததை மறத்தல் நன்று
நடப்பதை நினைத்தல் நன்று
உடந்தையாய் இருப்போ ரோடு
உடைபட்டு கலத்தல் நன்று

நடனத்தை ரசிக்கும் நாமேன்
நடப்பதை ரசிப்ப தில்லை?
உடைந்ததை நினைக்கும் நாமேன்
உருவாக்கத் துடிப்ப தில்லை?

அவசர நடையில் வாழ்வை
அவமதிக்குக் கொடுத்துவிட்டு
தவளைபோல் திணறித் திணறி
தவிப்பதேன்? மனிதக் காடு

குவளையில் விளக்கு வைத்தால்
கொடுக்குமா வெளிச்சம்? இந்தத்
தவறினைக் குவித்துப் பார்த்தால்
தப்பெலாம் விளங்கிப் போகும்

பாரிய அன்புக் குள்ளே
பயணிக்கும் உதிர நாட்கள்
சூரியக் கண்ணுக் குள்ளே
சோகங்கள் அவிழும் ஈக்கள்

சில்லறை விஷயம் எனினும்
சினமுறும் கோப வஸ்து
செல்லமாய்க் கடிந்து நம்மை
சிருஷ்டிக்கப் பிறந்த பித்தன்

முல்லையை நிகர்த்த பெண்ணின்
முதுகினை உரசிக் காமத்
தொல்லைகள் தருவிப் போரை
துரத்திடும் தூயச்சாட்டை

நெரிசலில் கதறும் பிள்ளை
நிகழ்விலே தொடரும்; துக்கம்
வரிசையாய் எதிர்ப்பட் டாலும்
வசூலில் குவியும் கைகள்

முறிபடும் நரம்பு; எனினும்
முறுவலை உதிர்க்கும் நாக்கு
அறுபடும் அமைதி; அதிலும்
அமைக்கிறான் மௌன ராகம்

இறங்குவோர் மேலே வரவும்
இயல்புடன் யாவும் பெறவும்
விரும்புவான்; பயணச் சீட்டாய்
வீசுகிறான் மூச்சுக் காற்றை

எறும்புபோல் ஊர்ந்து ஊர்ந்து
எங்கெங்கோ போகும் பாதை
நிறுத்தத்தை நெஞ்சம் கேட்க
நிகழ்த்துகிறான் வேர்வைக்கூத்து.

தபால்காரன்

ஆகுதிபோல் பிறருடைய
அவசரங்கள் கொப்பளிக்க
காகிதநீர் சுமந்துவந்து
கழுவுகின்ற காக்கிக்கடல்

எழுத்தறியா கிழவிகளின்
எதிர்பார்ப்பு மணியார்டர்
கழுத்தொழுகும் வேர்வையுடன்
கதவுதட்டும் காலிங்பெல்

இணக்கமுற்ற காதலரின்
இனிப்பான வாழ்த்தட்டை
பிணக்குற்ற தம்பதிகள்
பிரிக்கின்ற விவாகரத்து

ஊரிலுள்ள முகவரிகள்
ஒவ்வொன்றும் இவனறிய
யாரிடத்து இருக்கிறதோ
இவனுக்கான கடிதங்கள்

வரமொன்று வாராதா
வாக்கப்பட; வேலைக்கு
வருகவென்று ஒரு கடிதம்
வாராதா படித்தவர்க்கு?

முகமறியா அயல்நாட்டில்
முட்டிதேய உழைப்பவன்
சுகமென்று எழுதுகின்ற
சூழ்நிலைகள் முடியாதா?

ஏக்கக்கிளி அமர்ந்துதினம்
இறைஞ்சுகின்ற மனக்கிளைக்கு
ஊக்கந்தரும் மாத்திரைபோல்
உலவுகிறான் யாத்திரைபோல்

தொலைவிருக்கும் நெருக்கடிகள்
தொடர்ந்துவரும் சவுக்கடிகள்
இலைவிரிக்கும் இவனிடத்தில்
எதுக்களிக்கும் குறுஞ்சிரிப்பில்

போய்ச்சேரா புலம்பல்கள்
பொறுப்பாளி இவன்போல்
வாய்ப்பேச்சில் வம்பளக்கும்
வார்த்தைகளின் விசாரணைகள்

அஞ்சுதலைப் பொறுத்திடாத
ஆவேசம் உண்டெனினும்
அஞ்சல்தலை ஒட்டாதார்க்கு
ஆகிடுவான் துரோகியாக.